பார்ப்பனியமும்
இந்திய தேசிய உருவாக்கமும்

தொ. பரமசிவன்

நியூ செஞ்சுரி புக் ஹவுஸ் (பி) லிட்.,
41-பி, சிட்கோ இண்டஸ்டிரியல் எஸ்டேட்,
அம்பத்தூர், சென்னை - 600 050.
☎: 044 - 26251968, 26258410, 48601884

Language: Tamil
Parppaniyamum India Desiya Uruvaakkamum
Author : **T. Paramasivan**
First Edition: March, 2022
Second Edition: December, 2022
Third Edition: September, 2023
Copyright: Publisher
No.of Pages: 72
Publisher:
New Century Book House Pvt. Ltd.,
41-B, SIDCO Industrial Estate,
Ambattur, Chennai - 600 050.
Tamilnadu State, India.
Email: info@ncbh.in
Online: www.ncbhpublisher.in

ISBN. 978-81-2344-224-2
Code No. A 4577

₹ **80.00**

Branches

Ambattur (H.O.) 044 - 26359906 **Spenzer Plaza (Chennai)** 044-28490027
Trichy 0431-2700885 **Pudukkottai** 04322- 227773 **Thanjavur** 04362-231371
Tirunelveli 0462-4210990, 2323990 **Madurai** 0452-2344106, 4374106
Dindigul 0451-2432172 **Coimbatore** 0422-2380554 **Erode** 0424-2256667
Salem 0427-2450817 **Hosur** 04344-245726 **Krishnagiri** 04343-234387
Ooty 0423-2441743 **Vellore** 0416-2234495 **Villupuram** 04146-227800
Pondicherry 0413-2280101 **Nagercoil** 04652-234990

பார்ப்பனியமும் இந்திய தேசிய உருவாக்கமும்
ஆசிரியர்: தொ. பரமசிவன்
முதல் பதிப்பு: மார்ச், 2022
இரண்டாம் பதிப்பு: டிசம்பர், 2022
மூன்றாம் பதிப்பு: செப்டம்பர், 2023

அச்சிட்டோர்: **பாவை பிரிண்டர்ஸ் (பி) லிட்.,**
16 (142), ஜானி ஜான் கான் சாலை, இராயப்பேட்டை, சென்னை - 14
☎: 044-28482441

All rights reserved. No part of this book may be reprinted or reproduced or utilised in any form or by any electronic, mechanical, or other means, now known or hereafter invented, including photocopying and recording, or in any information storage or retrieval system, without permission in writing from the publishers.

பதிப்புரை

'இதுதான் பார்ப்பனியம்' எனும் தலைப்பில் எழுதி பல்லாயிரக்கணக்கான தமிழ் வாசகர்களிடம் பார்ப்பனிய மேலாதிக்க சாதியப் பார்வை குறித்த தெளிவான புரிதலை ஏற்படுத்தியவர் பேராசிரியர் தொ.பரமசிவன் அவர்கள். அதனைத் தொடர்ந்து அவர் எழுதிய 'இந்திய தேசிய உருவாக்கத்தில் பார்ப்பனியத்தின் பங்கு' எனும் கட்டுரையையும் இணைத்து இந்நூல் ஆக்கப்பட்டுள்ளது.

இந்து மதம் என்ற மாய பிம்பத்தைக் கட்டுடைப்பதோடு இந்திய தேசிய உருவாக்கத்தில் நிகழ்ந்த பார்ப்பன சூழ்ச்சித் தந்திரங்களையும் வெளிச்சப்படுத்துகிறது இந்நூலிலுள்ள தொ.ப.வின் கட்டுரை. அதன் தொடர்ச்சியாக அமைந்த 'இந்திய தேசியமும் திராவிட தேசியமும்: உறவுகளும் முரண்களும்' என்ற கட்டுரையும் இன்றைய சூழலில் மிக முக்கியமானதாகும்.

பேராசிரியர் தொ.பரமசிவன் அவர்களின் தமிழ்ச் சமூகப் பண்பாட்டை அடையாளப்படுத்தும் எழுத்துகள் பெருமளவில் இன்றைய தலைமுறைத் தமிழ்ச் சமூகத்தைச் சென்றடைய வேண்டும் என்ற நோக்கில் இவ்விரு கட்டுரைகளையும் நூலாகத் தொகுத்து என்சிபிஎச் தற்போது வெளியிடுகிறது.

- பதிப்பகத்தார்

பொருளடக்கம்

முன்னுரை — 7
1. இதுதான் பார்ப்பனியம் — 9
2. இந்திய தேசிய உருவாக்கத்தில் பார்ப்பனியத்தின் பங்கு — 49
3. இந்திய தேசியமும் திராவிட தேசியமும்: உறவுகளும் முரண்களும் — 54

முன்னுரை

உலகின் எல்லா நாடுகளிலும் அரசதிகாரம் உருவான போது அதனை நியாயப்படுத்தும் சித்தாந்தங்களும் உருவாகும். இதுவே உலக வரலாறு காட்டும் உண்மையாகும். அரசதிகாரம் மக்களை ஒடுக்கிய காலங்களில் அதனை நியாயப்படுத்தும் சாத்திரங்களும் எழுதப்படும். பெரும்பாலான மக்கள் எழுத்தறிவற்றவர்களாக வாழும் காலங்களில் எழுதப்பட்ட சாத்திரங்கள் அவர்களது சிந்தனைத் திறனை அடிமைப்படுத்தி தாங்கள் அடிமையென்று தங்களையே ஏற்கச் செய்யும். இந்தியத் துணைக் கண்டத்தில் அவ்வாறு உருவான சித்தாந்தத்தைத்தான் நாம் பார்ப்பனியம் என்று அழைக்கின்றோம். பார்ப்பனியம் என்பது ஒரு கருத்தியல் வன்முறையாகும். பிறப்பின் வழியாகவே ஏனைய மக்கள் திரள்களை இழிந்தவர்கள் என்று அது அடையாளம் காட்டுவதையே நாம் வன்முறை என்கிறோம்.

பிறப்பொக்கும் எல்லா உயிர்க்கும் என்ற வள்ளுவரின் அறத்தினைப் பார்ப்பனியம் ஒரு போதும் ஏற்க இயலாது. பிறப்பினால் பார்ப்பனர் ஆனவர்கள் இன்னமும் தங்களை ஆகமேல்சாதி என்றே உணருகின்றனர். நம்புகின்றனர். இந்த நம்பிக்கையின் மறுபக்கமானது மற்றவர்கள் இழிந்தவர்கள் என்பதாகும். நாடு விடுதலை பெற்று ஐம்பது ஆண்டுக் காலமான பின்னரும் வாய்ப்புக் கிடைத்த போதெல்லாம் இந்த உணர்வினை வெளிப்படுத்த அவர்கள் தயங்குவதில்லை.

தங்களுக்கு மட்டுமே உரிய வடமொழி, வேதம் ஆகியன அறிவார்ந்த விவாதங்களுக்கு அப்பாற்பட்டன என்பதும் வட்டார மொழிகளை நிராகரித்து சமஸ்கிருதத்தை மட்டுமே உயர்த்திப் பிடிப்பதும் கோயில்களின் தலைமையும், மற்ற சாதியாரின் சடங்கியல் தலைமையும் தங்களுக்கேயுரியன எனச் சாதிப்பதும் பார்ப்பனியத்தின் வேசங்களாகும்.

ஒரு சனநாயக நாட்டில் மொழிச் சமத்துவமும், பிறப்புச் சமத்துவமும் ஏற்படாதவரை முழுமையான சமத்துவம் மலர இயலாது. பார்ப்பனிய எதிர்ப்பு என்பது மனித சமத்துவத்துக்கும், சன நாயகத்துக்குமான தேடலாகும்.

அண்மைக் காலமாக காஞ்சி சங்கராச்சாரியாரும் அவரைக் கொண்டு கலாச்சார அரசியல் நடத்துபவர்களும் இந்து என்ற கூட்டுக்குள் ஒன்று சேர்ந்து இருக்கிறார்கள். கிறித்தவரல்லாத, இசுலாமியரல்லாத எல்லா மக்களுக்கும் இவரே ஆன்மீகத்தலைவர் என்பது போல அவருக்கு 'முடிசூட்டி' பெருந்திரளான தமிழர்களை ஏமாற்ற முற்படுகின்றனர். அவர்களது மாயாவாத சித்தாந்தம் எல்லா அரசியல், சமூக அதிகாரங்களையும் மீண்டும் பார்ப்பனிய வன்முறை வலைக்குள் கொண்டு வரப் பார்க்கின்றது. சைவம், வைணவம், நாட்டார் தெய்வங்கள் ஆகிய அனைத்தையும் பார்ப்பனியம் தின்று தீர்க்கப் பார்க்கிறது. இந்தச் சூழ்நிலையில் சமூக வரலாற்றுக் கல்வி ஒன்றே நம்மைக் காப்பாற்றும்.

பிறப்பு வழிப்பட்ட பார்ப்பனியத்தினை மட்டும் எதிர்ப்பதில்லை இந்த வெளியீட்டின் நோக்கம். பார்ப்பனியக் கருத்தியலை ஏற்றுக் கொண்ட பார்ப்பனர் அல்லாதவர்களும் மறுப்புக்குரியவர்கள். ஆராய்ச்சியாளர்கள் இவர்களைப் புதிய பார்ப்பனர்கள் (Neo-Brahmins) என அழைக்கின்றனர். நிகழ்காலத்தில் எல்லா வகையான ஊடகங்களையும் பார்ப்பனியக்கருத்தியல் தனதாக்கிக் கொண்டது. பார்ப்பனியம் என்பது ஒரு பண்பாட்டு வல்லாண்மை என்ற கருத்தை முன் வைத்தே இந்த வெளியீடு உண்மையான சனநாயகத்திற்காகக் குரல் கொடுக்கின்றது.

இதுதான் பார்ப்பனியம்

பார்ப்பன - பார்ப்பனிய எதிர்ப்பு என்பது தமிழ்நாட்டில் பார்ப்பனரல்லாதார் இயக்கம், திராவிடர் இயக்கம், தமிழின விடுதலை நோக்கிலான அமைப்புகள் போன்றவற்றினால் காலந்தோறும் தீவிரமாக நடைபெற்று வந்துள்ளது. ஆனால் இன்றைய நிலையில் பார்ப்பனிய எதிர்ப்பையும், பெரியாரையும் ஒரு காலத்தில் எதிர் மதிப்பீடு செய்த மார்க்சியவாதிகளும் - மார்க்சிய லெனினிய அமைப்புகளும் பார்ப்பனியத்தின் புதிய பரிமாணத்தைப் புரிந்து கொண்டு பார்ப்பனிய எதிர்ப்பு நிலைபாட்டை எடுத்து வருகின்றனர்.

இதற்கு மறுதலையாக வடநாட்டில் பாரதீய சனதாவின் செயல்பாடுகளும் தமிழ்நாட்டில் செயலலிதா ஆட்சியின், செயல்பாடுகளும், ஆர்.எஸ்.எஸ். பி.ஜே.பி. தமிழ்நாட்டில் காலூன்ற ஒரு வாய்ப்பை ஏற்படுத்தி உள்ளன. அதற்கு இங்குள்ள தினமணி, தினமலர் போன்றவை 'நல்ல சேவை' செய்து வருகின்றன. குறிப்பாக, தினமணி நாளிதழில் 10 ஆண்டுகளுக்கு முன் வெளிவந்த ஆர்.எஸ்.என். சத்யா, இந்திரா பார்த்தசாரதி ஆகியோரின் பார்ப்பனியக் கருத்துரைகளும் அவற்றை மறுத்துப் பார்ப்பனிய எதிர்ப்புணர்வுடன் எஸ்.வி.ராஜதுரை, வ.கீதா ஆகியோர் எழுதிய மறுப்புரைகளும் இவ்வகையில் குறிப்பிடத் தக்கன. இக்கடிதங்களைத் தொகுத்து, 'திராவிடத் தினமணியின் பார்ப்பனியம்', என்ற பெயரில் எஸ்.வி.ராஜதுரையும், வ.கீதாவும் ஒரு நூலாகவே வெளியிட்டுள்ளனர் (1992 மார்ச்). இவர்களே 1996-இல் வெளியிட்ட 'பெரியார் சுயமரியாதை சமதர்மம்' என்ற நூலும் தமிழர்கள் வாசிக்க வேண்டிய நூலாகும்.

இன்று தமிழ்நாட்டில் உருவாகியுள்ள சூழ்நிலைகளைச் சற்றுப் பொறுமையுடன் கணித்தறிய வேண்டும். கிறித்தவரல்லாத, இசுலாமியரல்லாத அனைத்து மக்களுக்கும் 'நான் தான் ஆன்மீகத் தலைவர்' என்று காஞ்சி சங்கராச்சாரியார் எழுதப்படாத அதிகாரம் ஒன்றைத் தன் கையில் எடுத்துக் கொண்டுள்ளார். இராமகோபாலன் போன்ற இந்து வெறியர்கள் சிலரும், ஏமாந்து போன ராமகிருஷ்ண மடத்து வேதாந்திகள் சிலரும் வலுத்த குரலில் அதை வழிமொழிந்து ஆர்ப்பாட்டம் செய்கின்றனர். செய்தியாளர்கள் பொது நியாயம் பேசுவது போலக் காட்டிக் கொண்டு சங்கராச்சாரியாருக்கு ஆலவட்டம்

வீசுகின்றனர், எழுத்துலக மேதை சோ, அவரைச் சார்ந்த முன்னாள்கள் பலர்: திரை மறைவு எழுத்துக்களால் பார்ப்பனிய மேலாண்மையினைத் தக்க வைக்க முயலுகின்றார்கள். சங்கர மடத்தின் அதிகாரப் பிற்புலத்தை நினைத்து சைவ, வைணவ மடாதிபதிகளோ பேச்சு மூச்சற்றுப் போய்க் கிடக்கின்றார்கள்.

பார்ப்பனர் நலன் காக்கும் ஆர்.எஸ்.எஸ், இந்து முன்னணி போன்ற அமைப்புகளும் ஓரளவு தமிழ்நாட்டில் வலுப்பெற்று வருகின்றன. 1980-க்குப் பின் தோன்றிய அரசியல் கட்சியான பா.ம.க. பெரியாரின் கொள்கைகளை முன் வைத்ததோடு பார்ப்பனிய எதிர்ப்பினையும் தன் கொள்கையாக வலிமையோடு முன்வைத்தது. ‘எங்கள் கட்சியில் பார்ப்பனர்களைச் சேர்க்க மாட்டோம்’ என்று பா.ம.க. வெளிப்படையாகச் சொல்லியது. ஆனால் அது இந்த நிலைபாட்டை எடுப்பதற்கு முன்னரே பார்ப்பனியத்திற்கு அரணான இந்து முன்னணி 1980 தேர்தலில் சட்டமன்றத்திற்குள் ஒரு உறுப்பினரை அனுப்பி விட்டது (குமரி மாவட்டம் பத்மநாதபுரம் தொகுதி). அண்மையில் தோன்றியுள்ள தலித் அமைப்புகளில் புதிய தமிழகம் அமைப்பும், விடுதலைச் சிறுத்தைகள் அமைப்பும் பார்ப்பனிய எதிர்ப்பினை வெளிப்படையாக முன் வைக்கின்றன.

நாட்டு விடுதலைக்கு முன்னும் பின்னும் பொது உடைமைக் கட்சிகள் உள்பட அனைத்துத் தேசிய கட்சிகளும் பெரியாரையும் அவரது பார்ப்பனிய எதிர்ப்பையும் மிக எளிதாகப் புறந்தள்ளி வைத்தன. பெரியார் வாக்குக் கேட்கும் அரசியலுக்கு வராதது அவர்களுக்கு அவரை எளிதாக ஒதுக்கித் தள்ள ஒரு வாய்ப்பாகவும் இருந்தது. ஆனால் கடந்த பதினைந்தாண்டுகளுக்குள் பார்ப்பனிய எதிர்ப்புணர்வு தமிழ்நாட்டில் மீண்டும் புதிய பரிமாணங்களைப் பெற்றுள்ளது. திராவிடர் இயக்கங்களோடு மார்க்சிய லெனினியம் என்ற பெயரில் பொது உடைமைக் கோட்பாட்டை முன் வைக்கும் சில அரசியல் கட்சிகள் அண்மைக் காலத்தில் பார்ப்பனிய எதிர்ப்பை அங்கீகரித்து வருகின்றன. ‘வர்க்கம்’ என்ற பிரிவினை முன்வைத்து ‘சாதியம்’ என்ற வாழ்நெறியைப் பொது உடைமையாளர்கள் முற்றிலும் புறக்கணித்திருந்த காலம் ஒன்று உண்டு. இன்றோ மார்க்சியவாதிகள் வர்க்கத்திற்கும் சாதிக்கும் உள்ள உறவை ஆராயத் தொடங்கியுள்ளனர். இந்த வகையில் இச்சிந்தனையில் கெயில் ஓம்வெட் எழுதிய, ‘வர்க்கம், சாதி, நிலம்’ (Class, Caste, Land) என்ற நூலுக்கு ஒரு தனியிடம் உண்டு. இந்தப் பின்னணியில்தான் பார்ப்பனர்

என்ற மக்கள் கூட்டத்தாரையும், பார்ப்பனியம் என்ற கோட்பாட்டையும் இன்று நாம் மீள்பார்வை செய்வது அவசியமாகிறது.

பார்ப்பனர் யார்?

பிராமணர், அந்தணர், பார்ப்பனர் என்று குறிப்பிடப்படும் மக்கள் தொகுதியை முதலில் நாம் கூர்ந்து கவனிக்க வேண்டும். பொதுவாகச் சிவந்த நிறமும் பெரும்பாலும் மீசை இல்லாத முகமும் மார்பில் பூணூலும் பார்ப்பனரைப் பார்த்த மாத்திரத்திலேயே நாம் அறிய உதவும் அடையாளங்களாகும். இப்போது பார்ப்பனப் பெண்கள் (குடும்பச் சடங்கு நேரங்கள் தவிர) மடிசார் வைத்துப் புடவை கட்டுவது இல்லை. சாதிய மொழி வழக்கு (Caste dialect) என்பது எல்லாச் சாதியார்க்கும் உரிய பண்புதான். ஒவ்வொரு சாதியார்க்கும் வட்டார வழக்கு உண்டு. இதனை அண்ணாமலைப் பல்கலைக்கழக மொழியியல் ஆய்வுகள் விளக்குகின்றன. ஆனாலும் புதிய கல்வி, நகர நாகரிகம் ஆகியவை மற்ற சாதியாரின் மொழி வழக்கையும் உச்சரிப்பையும் மாற்றியது போலப் பார்ப்பனர்களின் பேச்சு வழக்கை மாற்றவில்லை. வந்துண்டு, இருக்கச்சே, தோப்பனார், ஆத்திலே, வெச்சு, அவாளை, த்வம்சம், பண்ணிப்புடுத்து என்பது மாதிரியான சொல் வழக்கோ, உச்சரிப்போ பொது இடங்களில் பார்ப்பனர்களை இன்றும் எளிதில் அடையாளம் காட்டிவிடும். பரம்பரை பரம்பரையாகவே பார்ப்பனர்கள் தமிழ்நாட்டில் (ஆற்று நீர்ப்பாசனம் பெறும்) நீர் வளம் நிறைந்த பகுதிகளிலேயே குடியிருந்தனர். இன்றும் ஓரளவேனும் நீர்வளம் உடைய தஞ்சை, திருச்சி, நெல்லை மாவட்டங்களிலே பார்ப்பனர் எண்ணிக்கை மிகுதியாகும் என்பதை மனத்தில் கொள்ள வேண்டும்.

பார்ப்பனர்கள் பிறப்பினால் உயர்ந்தவர்கள் என்றும் தேவ தூதர்கள் என்றும் சித்தரித்து பார்ப்பனர்களால் புனையப்பட்ட மனுநீதி, புராண இதிகாசக் கதைகளை புனிதமானவை என்றும் இவைகளைச் சொர்க்கத்தின் படிக்கட்டுகளாகவும் காட்டி அவைகளைப் பற்றிய ஒரு மாயையைத் தோற்றுவிப்பதில் பார்ப்பனர் கண்ட வெற்றியானது ஏனைய தமிழ்ச் சாதியார் பார்ப்பனர்களையும், வடமொழி புனிதத்தையும் கண்ணை மூடிக்கொண்டு ஏற்றுக் கொள்ளவைத்தது. மூடக்கதைகளின் வாயிலாகப் பார்ப்பன நலன்களையே முழுவதும் போற்றிய இக்கலாச்சார வெற்றியே இன்று வரை பார்ப்பனர்களின் ஆதிக்கத்தைப் பாதுகாக்கும் அரணாக உள்ளது.

தமிழக மக்கள் தொகையில் பார்ப்பனர் 3% உள்ளனர் என்ற புள்ளி விபரம் வழி வழியாகச் சொல்லப்படுகிறது. இந்த புள்ளி விபரக்

கணக்கைப் பார்ப்பனர்களே மறுக்காது ஏற்றுக் கொள்கின்றனர். அறிஞர்கள் தமிழ்நாட்டு மக்களைச் சாதி வாரியாகப் பகுத்து ஆராய்ச்சி செய்யத் தொடங்கி ஒன்றரை நூற்றாண்டுக் காலமாகிறது. இருப்பினும் பெருமளவு கல்வி வசதி பெற்ற பார்ப்பனச் சாதியாரைப் பற்றிய ஆய்வு நூல்கள் ஒன்று கூடத் தமிழில் இல்லை. 75 ஆண்டுகளுக்கு முன் கிருஷ்ணசாமி அய்யங்கார் எழுதிய History of the sri vaishnava rahmins என்ற நூலும் 20 ஆண்டுகளுக்கு முன்னர் ந.சுப்பிரமணியன் (ஐயர்) எழுதிய Brahmins in the tamil country என்ற நூலும் ஓரளவு பார்ப்பனர்களைப் பற்றிய சில செய்திகளை அறிய உதவுகின்றன. இவை தங்களை மிக உயர்ந்த சாதியாகவும் வடமொழியோடு இணைந்தவர்களாகவும் ஏனைய தமிழ்ச் சாதியார் ஏற்றுக் கொள்ளுமாறு ஆக்கப்பட்டனர். இது ஒரு வரலாற்று உண்மை. இருப்பினும் தங்களைத் தனி நாகரிகமுடைய சாதியார்களாகக் காட்டிக் கொள்ளும் பார்ப்பனர்களுக்கென்று ஒரு தனிமொழி இல்லை என்பதும் வரலாற்று உண்மையே. தமிழ், தெலுங்கு, கன்னடம் என்று வட்டார மொழிகளையே வீட்டு மொழிகளாகப் பார்ப்பனர்கள் பயன்படுத்தி வருகின்றனர். பார்ப்பனர்கள் தமிழ்நாட்டிற்குள் வந்தது குறித்து ஆரியச் சார்புக் கொள்கை ஒன்றும் திராவிடச் சார்புக் கொள்கை ஒன்றும் படித்தவர்கள் மத்தியிலே இருந்து வருகின்றன. மூன்றாவதாக ஒரு கோட்பாட்டையும் பார்ப்பனரான பேரா.எஸ்.இராமகிருஷ்ணன் முன் வைக்கிறார். ‘சிந்து வெளியினரான திராவிடரோடு வந்த புரோகிதர்களும் பின்னாளில் ஆரியராக வந்த பார்ப்பனர்களும் கலந்ததால் உருவானது தமிழக அந்தணர் கூட்டம்’ என்பது அவர் கருத்து. இதையும் மனத்தில் இருத்திக் கொள்ளலாம்.

ஒரு குறிப்பிட்ட மக்கள் கூட்டம் வெளியிலிருந்து பார்க்கும் போது ஒரே சாதி போலத் தோன்றினாலும் அதன் உள்ளாகப் பல அடுக்குகள் இருக்கின்றன. ஒரு சாதி என்பது ஒரு திருமண உள்வட்டமாகும் (Endogamous group). அதாவது ஒருவன் திருமணம் செய்யக்கூடிய எல்லையே அவனுடைய சாதியின் எல்லையாகும். எடுத்துக்காட்டாக வேளாளரில் தொண்டைமண்டல வேளாளர், கார்காத்த வேளாளர், வயலக வேளாளர் முதலிய பிரிவினரில் ஒருவர் மற்றவரோடு திருமண உறவு கொள்வதில்லை. யாதவர்களில் இவ்வகையான 27 பிரிவுகள் இருப்பதாகக் கூறுவர். இவர்களைப் போலவே பார்ப்பனர்களுக்கு உள்ளாகவும் கோத்திரம், சூத்திரம், வேதம், சாகை என்பனவற்றின் அடிப்படையில் அமைந்த பிரிவுகளும் உண்டு. பார்ப்பனர் அல்லாதார் புரிந்து கொள்வதற்கு வசதியாகப்

பார்ப்பனர்களை மொத்தத்தில் மூன்று பெரும் பிரிவுகளாகப் பிரிக்கலாம். 1. ஸ்ரீ வைஷ்ணவர்கள், 2.அர்ச்சகர்கள், 3.ஸ்மார்த்தர்கள் என்பன.

ஸ்ரீ வைஷ்ணவர்கள்

ஐயங்கார், அல்லது ஆச்சாரியார் என்ற பட்டப் பெயருடைய அனைவரும் ஸ்ரீ வைஷ்ணவர்களே. விஷ்ணுவைக் கடவுளாகக் கொண்டதால் இவர்கள் வைஷ்ணவர்கள் ஆவர். இவர்கள் திருநீறு பூசுவதில்லை. நெற்றியில் U அல்லது Y வடிவத் திருமண் மட்டுமே அணிந்திருப்பர். நெற்றியில் அணிந்த திருமண்ணுக்குப் பாதம் இருந்தால் அவர் தென்கலை மரபினர். பாதம் இல்லாதவர் வடகலையார் ஆவர். வைகானச மரபினர். பாஞ்சராத்திர மரபினர் என்ற பிரிவுகளும் உண்டு. இப்பிரிவு ஆகம நெறியைப் பின்பற்றியதாகும்.

இவர்களில் தென்கலையினர் இராமாநுசரைப் பின்பற்றி சாதி வேறுபாட்டினை அதிகம் பாராட்டுவதில்லை. பார்ப்பனர் அல்லாத வைணவரோடு இப்பிரிவினர் மிகுந்த நெருக்கம் காட்டுவர். தமிழ் மொழிக்கும் ஆழ்வார்களின் பாடல்களுக்கும் மிகுந்த மதிப்பளிப்பவர். தமிழ்ப் பாடல்கள் இல்லாமல் இவர்கள் வீட்டுத் திருமணம் நிறைவுறாது. நம்மாழ்வார் பாடல்களைத் 'திராவிட வேதம்' என்னும் பெயரால் முதலில் அழைத்தவர்களும் இவர்களே. சேலம் விசயராகவாச்சாரியார் தொடங்கி இராசகோபாலாச்சாரியார் வரை தமிழகத்தில் காங்கிரசை வளர்த்தெடுத்ததில் வைணவப் பார்ப்பனர்களுக்கு பெரும்பங்கு உண்டு. பெரியாரின் நண்பர்களாகவும், இந்தி எதிர்ப்பு வீரராகவும், ராஜாஜியின் அரசியல் எதிரியாகவும் விளங்கிய பரவஸ்து இராஜகோபாலாச்சாரியும், அக்ரகாரத்து அதிசயமணியாய் விளங்கிய வ.ரா.வும் (வ.ராமசாமி ஐயங்கார்) வைணவப் பார்ப்பனர்களே.

அர்ச்சகர்

சைவ, வைணவக் கோவில்களில் கருவறையில் கடவுளர்களின் உருவங்களைத் தொட்டுப் பூசனை செய்பவர்களை அர்ச்சகர் எனலாம். இவர்கள் வேதத்திலும் வேள்வியிலும் (தீ வளர்ப்பதிலும்) அதிக நாட்டம் செலுத்துவதில்லை. எனவே உருவ வழிபாட்டில் அதிக நாட்டம் உடையவர்கள். கோவில் கருவறைக்குள் முதல் மொழியாக வடமொழியை நிறுத்துவதில் மிகுந்த அக்கறை காட்டுவார்கள்.

கோவிலில் கருவறைகளில் இவர்களின் தனி ஆட்சி நடைபெறுவதால் அதைப் பயன்படுத்தி பணமும் அதிகாரமும் கொண்ட மேல்தட்டு மக்களை மகிழ்விப்பதில் இவர்களுக்கு இயல்பாகவே ஆர்வம் அதிகம். இந்த இரண்டு பிரிவினரில் வைணவக் கோயில் அர்ச்சகரான ஐயங்கார்கள் தமிழில் உள்ள வைணவத் தத்துவ நூல்களில் தனி ஆர்வம் செலுத்துவர். சைவக் (சிவன்) கோயில் அர்ச்சகரான பட்டர் அல்லது சிவாச்சாரியார் தமிழில் உள்ள சைவத் தத்துவ நூல்களைப் படிப்பதில் ஒருபோதும் ஆர்வம் காட்டுவதில்லை. மாறாகத் தமிழரது சைவ சித்தாந்தக் கொள்கையே வடமொழியிலுள்ள ரௌரவ ஆகமத்திலிருந்து வந்தது என்று வாதாடுவர். அதனால் தான் சைவக் கோயில்களில் திருமுறைப் பாடல்களை ஓதுவதற்கென்றே பார்ப்பனரல்லாத ஒருவர் (ஓதுவார்) தனியாக நியமிக்கப் பட்டிருப்பதைச் சாதாரணமாகக் காணலாம்.

ஸ்மார்த்தர்

பார்ப்பனர் என்ற தன்னுணர்வை நிரம்பப் பெற்றவர்கள் ஸ்மார்த்தப் பார்ப்பனர்களே. இவர்கள் நெற்றியில் திருநீறு அல்லது சந்தனக் கீற்று அணிவர். கோயிலில் வேதம் ஓதுவது தவிரப் பிற வேலைகளை இவர்கள் ஏற்பதில்லை. ஸ்மார்த்தர் என்ற பெயர் ஸ்ருதி (சொல்லப்படுவது) என்பதிலிருந்து வந்ததாகும். வடமொழி வேதங்களும், வேதசாரமான மகாவாக்கியங்களும் எழுதப்படாமல் நீண்டகாலமாக சொல்லப்பட்டே வந்திருக்கின்றன. இவைகளே இவர்களுக்குத் தெய்வம் போலப் பிரமாணமாகும். எல்லா நிலைகளிலும் தீண்டாமைக் கொள்கையை அனுசரிப்பதும் இவர்களே. காலையில் குளிப்பது தொடங்கி அந்த நாளுக்குரிய காலைப் பூசையை முடிப்பது வரை வடமொழி தவிரப் பிற மொழியை (தமிழை) உச்சரிப்பதில்லை என்ற உறுதியான வழக்கம் இவர்களுக்கு உண்டு (கேட்டால் இல்லை என்று மறுப்பார்கள்).

இக்காலத்தில் இவர்கள் அனைவரும் சங்கர வேதாந்தம் (மாயாவாதம்) என்னும் கொள்கையை ஏற்றுக் கொண்டிருக்கிறார்கள்.

சிருங்கேரி, காஞ்சி ஆகிய சங்கர மடங்களுக்குச் சீடர்களாக இருப்பவர்கள் அனைவரும் ஸ்மார்த்தப் பார்ப்பனர்களே ஆவர். ஈஸ்வரன் (கடவுள்) என்று ஒருவர் தனியாக இருப்பதாக இவர்களின் மாயாவாதம் ஒத்துக் கொள்வதில்லை. இருந்தாலும் ஒரு கடவுள் இருப்பதுபோல இக்காலத்தில் காஞ்சி மடாதிபதிகள் 'இந்து' என்ற போர்வையில் சைவ, வைணவ ஒற்றுமை பற்றிப் பேசுவதும்

திருப்பாவை, திருவெம்பாவை மாநாடுகள் நடத்துவதும் ஆன்மீக உலகத்தில் வேடிக்கைக்கும் சிரிப்புக்கும் உரிய விஷயங்களாகும். அர்ச்சகர் அல்லாத ஐயர் என்று பட்டம் இட்டுக் கொள்பவரும் கனபாடிகள், ச்ரௌதிகள் என்று பட்டமிட்டுக் கொள்பவர்களும், ஸ்மார்த்தப் பார்ப்பனர்களே. வேதத்தைக் கனம் என்ற தகுதி வரை படித்தவர்கள் கனபாடிகள். அதற்குக் குறைவாகச் சொல்லத் தெரிந்தவர்கள் ச்ரௌதிகள். க்ரமம் என்ற மிகக் குறைந்த கல்வி பெற்றவர்கள் க்ரம வித்தர்கள். இவர்களுக்கு அரசர்கள் வாரி வழங்கிய ஊருக்குத்தான் 'கிராமம்' என்று பெயர். இது மட்டுமல்ல, பார்ப்பனர்களுக்கு அரசர்கள் அவ்வப்போது ஹிரண்ய கர்ப்ப, கோகர்ப்ப தானங்களையும் வழங்கியுள்ளனர். அதாவது பொன்னாலாகிய கர்ப்பப்பை, பொன்னாலாகிய பசுவின் கர்ப்பப்பை ஆகியவற்றைச் செய்த அரசர்கள் அதில் நுழைந்து வெளிவந்த பின் அவற்றைப் பார்ப்பனர்களுக்குத் தானமாக வழங்கிவிட வேண்டும். இவையெல்லாம் கல்வெட்டுகளிலிருந்து கண்டறியப் பெற்ற உண்மைகள். பொய்க்கதை இல்லை. மொத்தத்தில் தமிழ் மொழியிடமிருந்தும் தமிழ் மக்களிடமிருந்தும் பெருமளவு அந்நியமாகியிருப்பவர்கள் ஸ்மார்த்தப் பார்ப்பனர்களே.

பார்ப்பனர் மேலாதிக்கம் - ஒரு வரலாற்றுப் பார்வை

தமிழ்நாட்டின் வரலாற்றையும் பண்பாட்டையும் அறிவதற்கு நமக்குக் கிடைக்கும் சான்றுகளில் மிகப் பழமையானது சங்க இலக்கியம் எனப்படும் இலக்கியச் சான்றேயாகும். உத்தேசமாக கி.மு. 3 ஆம் நூற்றாண்டிலிருந்து கி.பி. 5 ஆம் நூற்றாண்டு வரையிலான காலத்தின் தமிழகப் பண்பாட்டை அறியச் சங்க இலக்கியங்கள் தெளிவான சான்றுகளாகும். நகரங்களும் அரசுகளும் அரசர்களும் கிறித்துவின் சம காலத்திலேயே தமிழ்நாட்டில் பார்ப்பனர்களுக்கு அடிமையாகி விட்டதைப் பார்க்க முடிகிறது. பார்ப்பனர்களின் 7 ரிஷி கோத்திரப் பெயர்களையும் தமிழ்நாட்டுப் பேரரசர்கள் பார்ப்பனர்களுக்குத் தலைவணங்கியதையும் அரசனுக்கு அடுத்த நிலையிலிருந்த பணக்கார (நில முதலாளிகள் - கிழார்) வேளாளர்களோடு பார்ப்பனர்கள் நல்லுறவு வைத்திருந்ததையும் சங்க இலக்கியங்களிலிருந்து தெளிவாக அறிகிறோம்.

ஆனாலும் அக்காலத்திய பார்ப்பனர்கள் யாரும் கோயில் பூசை செய்பவர்கள் அல்லர். ஏனெனில் அக்காலத்தில் கோயில் என்பது மிகப் பெரிய சமூக நிறுவனமாக வளர்ச்சியடையவில்லை.

மண்ணாலும் மரத்தாலுமான சிறு கோவில்களே அக்காலத்தில் இருந்தன. எனவே, அக்காலத்தில் அரசனுக்கு அருகில் இருந்த எல்லாப் பார்ப்பனர்களும் வேள்வி செய்த ஸ்மார்த்தப் பார்ப்பனர்களே. அவர்கள் கோயிலில் பூசை செய்தவர்கள் அல்லர். இவர்கள் வழிபட்ட வேத காலத் தெய்வங்களான அக்னி, வருணன், இந்திரன் போன்ற தெய்வங்களுக்குக் கோயில்கள் தமிழ்நாட்டில் எப்பொழுதும் கிடையாது. ஆயினும் அரசன் பணிந்து வணங்கும் அளவுக்கான அதிகாரம் பார்ப்பனர் கையில் இருந்தது என்பது மட்டும் அழுத்தமான வரலாற்று உண்மையாகும்.

இந்த அதிகாரத்தைத் தொடர்ந்து சில நூற்றாண்டுக் காலம் பார்ப்பனர்கள் தக்க வைத்துக் கொண்டிருந்தனர். பின்னர் கி.பி. ஏழாம் நூற்றாண்டின் தொடக்கத்தில் தமிழ்நாட்டில் பக்தி இயக்கம் ஒரு பேரலையாக எழுந்தது. தனி ஒரு கடவுளை ஏற்றுக் கொள்ளாத சமணத்திற்கும் பௌத்தத்திற்கும் எதிராக அனைத்து சாதி மக்களும் பார்ப்பனர்களால் ஒன்று திரட்டப்பட்டனர். வருவதை உணராத வேளாளர்களும் பார்ப்பனர்களோடு முழு மூச்சாக இந்த இயக்கத்தில் ஒன்றிணைந்தனர். அதன் விளைவாக சமண பௌத்த மதங்கள் தமிழ்நாட்டில் வேரோடு சாய்க்கப்பட்டன. ஏனைய கோயில்கள் கற்கோயிலாக மாற்றப்பட்டன. அவைகளின் பெயரில் மிகப் பெரிய சொத்துக்கள் உருவாயின. கோயில்கள் அரசியல் அதிகாரத்தின் துணை நிறுவனங்களாக மாறி வளர்ந்தன.

தமிழில் இருந்த ஆகமங்களைப் பார்ப்பனர் வடமொழியில் பெயர்த்து வைத்துக் கொண்டனர். வட நாட்டில் உள்ள கோயில் களுக்கு இந்த ஆகம முறைகள் இன்றும் பொருந்தாது. ஏனென்றால் அங்கே தமிழ்நாட்டில் இருப்பதைப் போலப் பெரிய கோயில்கள் 5% கூடக் கிடையாது. அவற்றின் கட்டுமானக் கலையும் திராவிடக் கலையல்ல.

பார்ப்பனர்களில் ஒரு பிரிவினர் அர்ச்சகர்கள் என்ற பெயரில் உருவ வழிபாட்டுக்கு மாறிக் கருவறையில் நுழைந்தனர். கோயிலின் ஆன்மீகத் தலைமைப் பதவியைக் கைப்பற்றினர். கோயில் சார்ந்த பார்ப்பனர்களின் உணவு, உடை, உறைவிடம் (வீடு), வேதக் கல்வி ஆகிய அனைத்துத் தேவைகளும் சேர, சோழ, பாண்டிய, பல்லவ விசய நகர அரசர்களால் முழு மனத்துடன் ஏற்றுக் கொள்ளப்பட்டன.

வேதக் கல்விக்காக அரசர்களால் விடப்பட்ட மானியத்துக்குக் கிடைப்புறம் என்று பெயர். அன்றைய அரசுகள் பார்ப்பனர்களுக்கு

மட்டுமே கல்விச் செலவை ஏற்றன. அனைவருக்கும் கல்வி என்ற சமண மதக் கோட்பாட்டை அரசர்கள் ஏற்கவிடாமல் பார்ப்பனர்கள் பார்த்துக் கொண்டனர். அது முதற்கொண்டு 14ஆம் நூற்றாண்டின் தொடக்கத்தில் முசுலீம் படையெடுப்புகளால் ஏற்பட்ட சிறு இடையூறைத் தவிர 18ஆம் நூற்றாண்டின் முதற் பகுதி வரை பார்ப்பனர்களின் அனைத்துத் தேவைகளும் அரசாங்கத்தால் (மக்களின் வரிப் பணத்தால்) நிறைவு செய்யப்பட்டன. அரசர்கள் போர் புரியும்போது பார்ப்பனர்களை எவ்விதத் தாக்குதலுக்கும் உட்படுத்தக் கூடாது என்ற சட்டமும் வகுக்கப்பட்டிருந்தது. (சிலப்பதிகாரத்தில் மதுரை நகரைக் கண்ணகி 'எரிந்து சாம்பலாகட்டும்' என்று சாபமிடுவதாகக் கூறப்படும்போதும் பார்ப்பனர்களை இந்நெருப்பு தீண்டக்கூடாது என்று சொல்லும் அளவுக்குப் பார்ப்பனர்கள் செல்வாக்கு உயர்ந்திருந்தது என்பது குறிப்பிடத்தக்கதாகும்). ஏறத்தாழ 18 நூற்றாண்டுக் காலம் பார்ப்பனர்கள் தமிழ்நாட்டு அரசுகளின் சலுகையளிக்கப்பட்ட குடிமக்கள் (Privileged citizens) ஆக வாழ்ந்தனர்; என்பது யாராலும் மறுக்க முடியாத வரலாற்று உண்மையாகும் (இவர்கள்தான் தாழ்த்தப்பட்ட மக்கள் அரசுச் சலுகை என்ற பெயரில் தங்கள் உரிமையை அரை நூற்றாண்டுக் காலம்கூட அனுபவிக்கத் தடையாக இருந்து வருகின்றனர்).

19ஆம் நூற்றாண்டின் நடுப்பகுதிக்குள் மெக்காலேயின் ஆங்கிலக் கல்வி முறை நடைமுறைக்கு வந்தது. மனுதர்ம நெறிப்படி காலங் காலமாக கல்வியைத் தங்களுடைய ஏகபோகமாகவும், மற்றவர்களுக்கு உரிமையில்லாமலும் ஆக்கி வைத்திருந்தார்கள் பார்ப்பனர்கள். தங்களை விரைவாக ஆங்கிலக் கல்விக்கு உட்படுத்தினர். அதன் விளைவாக 1875-க்குள் ஆங்கிலக் கல்வி பெற்ற பார்ப்பனர் அனைவரும் நீதித்துறை (Judiciary), வருவாய்த் துறை (Revenue) ஆகிய இரண்டு துறைகளையும் தங்கள் கைவசப் படுத்தினர். அப்போதுதான் வளரத் தொடங்கியிருந்த தமிழ்ப் பத்திரிகைத் துறையில் புகுந்தனர். இந்துமதம் என்ற போர்வையில் ஒரு குலத்துக்கு ஒரு நீதி சொல்லும் சனாதன தர்மத்தைப் பத்திரிகையின் வாயிலாக வளர்க்கத் தொடங்கினர். அப்போது மெதுவாகக் கிளர்ந்து கொண்டிருந்த தேசிய இயக்கத்தையும் தம்வசப்படுத்தினர். தமிழ் நாவலாசிரியரான வத்தலக்குண்டு ராஜமையர், Rambles of Vedanta என்ற புகழ் பெற்ற ஆங்கில நூலை எழுதியதும் இக்காலத்தில்தான். சுதேசமித்திரன் இதே காலத்தில் சனாதன தர்மத்தினைப் பாதுகாக்க மிகுந்த அக்கறையுடன் செயல்பட்டது. சனாதன தர்மத்தின்

வெளிப்பாடான THE HINDU என்ற பெயரே பார்ப்பனர்கள் நடத்திய ஆங்கிலப் பத்திரிகைக்கும் இடப்பட்டது.

தமிழ்நாட்டில் மட்டுமல்ல, இந்தியாவின் பிற பகுதிகளிலும் இந்திய தேசிய எழுச்சியை இந்து மறுமலர்ச்சி இயக்க எழுச்சியாகக் காட்ட முயற்சிகள் நடந்தன. மராட்டியத்தின் திலகரும் வங்காளத்தின் அரவிந்தரும் தமிழ்நாட்டு ராஜமையரும் பேசிய தத்துவம் வேதாந்தமே. ஆக மொத்தத்தில், இந்திய தேசியத்திற்கு முன்னே பார்ப்பனர்களே வேதாந்தப்பதாகை பிடித்து வந்தனர் என்பது வரலாற்று உண்மை. மராட்டிய சிங்கம் எனப்பட்ட திலகர் கீதைக்கு உரை (கீதாபாஷ்யம்) எழுதிய பிறகுதான் உயர்சாதி மக்கள் ஏற்றுக் கொண்ட தலைவரானார். தேசிய எழுச்சிக்கான பண்பாட்டு உத்திகளாகப் பவானி பூசையினையும் விநாயகர் வழிபாட்டையும் அவர் முன் வைத்தார். விநாயக சதுர்த்தி அரசியல் ஆனதற்கு அவரே முதற் காரணம். இதன் பின் விளைவாகவே 1923-ல் இந்து மகாசபை வேத காலத்திற்குத் திரும்புதல் என்று தன் கொள்கையை வெளிப்படையாகவே முன்வைத்து 1925-ல் ஆர்.எஸ்.எஸ். தொடங்கப்பட்டது.

இருபதாம் நூற்றாண்டு தொடங்குகிற நேரத்தில் நீதித் துறையும் வருவாய்த் துறையும் மட்டுமல்லாமல் தமிழ்நாட்டுக் கல்வித் துறையும் பார்ப்பனர்களின் வசமாகிவிட்டது. அக்காலத்தில் சென்னைப் பல்கலைக்கழகத்தின் பட்டதாரிகளில் 80% பார்ப்பனர்களாக இருந்தனர். அவர்களின் மூலம் சென்னை ஆளுநரின் ஆலோசனை சபைக்குத் தேர்ந்தெடுக்கப்படும் உறுப்பினரும் பார்ப்பனராகத்தான் இருக்க முடியும் என்ற நிலை உருவானது. நவீன விஞ்ஞானத் துறையிலும் அரசியல் துறையிலும் புகுந்த அதே நேரத்தில் தங்கள் கைவசம் இருந்த அதிகாரத்தைக் கொண்டு பார்ப்பனர்கள் சனாதன தர்மத்தையும் தக்க வைத்துக் கொண்டனர். பள்ளிகளிலும், கல்லூரிகளிலும் அரசாங்க மானியத்தில் சமஸ்கிருதம் கட்டாயமாகத் தெரிந்திருக்க வேண்டும் என்னும் அரசாங்க விதி 1921 ஆம் ஆண்டு வரை சென்னை மாகாணத்தில் நடைமுறையில் இருந்தது. 1921-ல் நீதிக்கட்சி அரசின் முதல் அமைச்சர் ஆன பனகல் அரசர் (சென்னைப் பல்கலைக் கழகத்தில்) மசோதா கொண்டுவந்து மருத்துவக் கல்லூரிகளில் படிக்க சமஸ்கிருதம் தெரிந்திருக்க வேண்டும் என்பதை நீக்கினார். (ஆதாரம்:1985 பெரியார் நாட்குறிப்பு, பக்.107) இந்தக் காலத் தமிழ் இளைஞர்கள் இதைக் கற்பனை செய்துகூடப் பார்த்திருக்க மாட்டார்கள்.

இந்த விதிமுறையின் விளைவாகப் பணமும் அதிகாரமும் சமூக கௌரவமும் தரும் ஆங்கில மருத்துவப் படிப்பு, சட்டப் படிப்பு, பொறியியற் படிப்பு ஆகிய கல்வித் துறைகளில் பார்ப்பனர்களே பேராதிக்கம் செலுத்தினர். இவையல்லாத பொதுக் கல்வியிலும் உயர்கல்வி என்பது பார்ப்பனர்களுக்கு உரியதாக இருந்தது. தமிழ்நாட்டில் அன்று இருந்த ஒரே பல்கலைக்கழகமான சென்னைப் பல்கலைக்கழகப் பட்டதாரிகளில் 1880 - 1911-இல் 64% ஆகவும், 1890-91 இல் 67% ஆகவும், 1901-1911இல் 71% ஆகவும், 1918இல் 67% ஆகவும் பார்ப்பனர்களே இருந்தனர்.

அடிப்படைக் கல்வியிலும் பார்ப்பனர்கள் அதன் போக்கைத் தங்களுக்குச் சாதகமாக அமையும்படி தீர்மானித்தார்கள். பார்ப்பனர்களின் வேதக் கல்வி என்பது முழுக்க முழுக்க மனப்பாடம் சார்ந்த கல்வியாகும். மனப்பாடப் பயிற்சி எழுத்தறிவில்லாத மற்ற சாதியார்க்குக் குறைவே. மெக்காலே கல்வியின் அடிப்படையில் நன்றாக மனப்பாடம் செய்யும் மாணவனே நிறைய மதிப்பெண் பெற்று, சிறந்த மாணவன் ஆகிவிடுவான். எனவே பரம்பரையாக மனப்பாடப் பயிற்சி உடைய பார்ப்பன மாணவர்கள் சிறந்த மாணவர்களாக வெற்றி பெறுவது தவிர்க்க முடியாததாகிவிடும் (கல்வித் துறையில் இக்குறைபாடு இன்றளவும் களையப்படாதது வேதனைக்குரிய செய்தியாகும்).

இதன் பின்விளைவாக வருவாய்த் துறையிலும், நீதித் துறையிலும், பார்ப்பனர்கள் தொடர்ந்து மேலாதிக்கம் பெற முடிந்தது. 1912 இல் சென்னை மாகாணத்தில் 140 டெபுடி கலெக்டர்களில் (மாவட்டத் துணை ஆட்சித் தலைவர்) 77 பேர் பார்ப்பனர்களாக இருந்தனர். 18 துணை நீதிபதிகளில் (சப் ஜட்ஜ்களில்) 15 பேர் பார்ப்பனர்கள். 129 உரிமையியல் நீதிமன்ற நடுவர்களில் (முன்சீப்புகளில்) 93 பேர் பார்ப்பனர்கள்.

இதே நேரத்தில் பார்ப்பனர்கள் மற்றும் ஒரு போக்கையும் திட்டமிட்டு மேற்கொண்டனர். பார்ப்பனர் கையில் இருந்த பெருங்கோயில்களுக்கும் கோயில் பார்ப்பனர்களுக்கும் கோயில் கலாச்சாரத்திற்கும் 19ஆம் நூற்றாண்டின் தொடக்கப்பகுதி முதலே அரசாங்க ஆதரவு வரலாற்றில் முதல்முறையாக இல்லாமல் போயிற்று. பெரிய நிலக்கிழார்களும், ஜமீன்தார்களும் செல்வாக்கு இழந்து போய்விட்டனர். கலெக்டரின் பெயரால் மாவட்டத் தலைநகரங்களிலும் கவர்னர் என்ற பெயரில் சென்னை நகரத்திலும்

வைசிராய் என்ற பெயரில் டெல்லியிலும் புதிய அதிகார மையங்கள் தோன்றி விட்டன. அதிகார மையங்களை நெருங்குவதற்கு ஆங்கிலக் கல்வியே பார்ப்பனர்களுக்கு வழியாக இருந்தது. எனவே கிராமத்து நிலங்களையும், கோயில்களையும் சமஸ்கிருதக் கல்வியையும், குடுமியையும் விட்டு விட்டு ஆங்கிலக் கல்விக்கும், அதிகாரப் பதவிகளுக்கும் ஆசை கொண்ட பார்ப்பனர்கள் நகரங்களுக்குக் குடிபெயர்ந்தனர். இரண்டாம் உலகப் போர் நடைபெற்ற போது, செர்மன் உலக அரங்கில் வெற்றி பெறும் என்ற கணிப்பில் இங்குள்ள பார்ப்பனர்கள் செர்மானிய மொழியினைக் கற்கத் தொடங்கினர். சென்னையில் மயிலாப்பூர், திருவல்லிக்கேணி ஆகியவற்றை ஒட்டி பார்ப்பனர்களின் புதிய குடியேற்றங்கள் உருவாயின.

அரசாங்கப் பதவிகள் மட்டுமல்லாது பேராசிரியர்கள், உயர்நீதிமன்ற வழக்கறிஞர்கள் ஆகிய பதவிகளையும் பார்ப்பனர் தமதாக்கிக் கொண்டனர். இருபதாம் நூற்றாண்டின் தொடக்கத்தில் வலிமை வாய்ந்ததாக உருவெடுத்த புதிய துறையான பத்திரிகைத் துறையும் பார்ப்பனர்கள் வளைத்துக் கொண்டனர். இந்து, சுதேசமித்திரன் போன்ற நாளிதழ்களும் சில சிறிய வார இதழ்களும் புதிய பார்ப்பனக் கலாச்சாரத்தை பாதுகாப்பதிலும் பரப்புவதிலும் முனைந்து செயல்பட்டன. வலிமை வாய்ந்த பத்திரிகை சாதனத்தின் துணையாலும், வானொலியின் துணையாலும் அது வரை தாங்கள் இழிந்தது என்று ஒதுக்கி வைத்திருந்த தமிழர்களின் பாட்டையும் கூத்தையும் தங்களுக்கெனப் பறித்துக் கொண்டனர். தமிழிசை கர்நாடக சங்கீதமாயிற்று. தொல்காப்பியம் தொடங்கி, சிலப்பதிகாரம் வரையான தமிழிசை இலக்கணங்கள் அனைத்தும், பார்ப்பனர்களால் பறிக்கப்பட்டன. ஆனால் இவற்றைப் பற்றி பல்கலைக்கழகங்களில் ஆராய்ச்சி செய்து முனைவர் பட்டம் பெற்றுக் கொண்டவர்கள் எல்லோரும் பார்ப்பனர்களே.

1993 பிப்ரவரி சுபமங்களா இதழில், 'கர்நாடக இசை பார்ப்பனர் இசை என்ற கருத்து நிலவுகிறதே' என்ற கேள்விக்கு விமரிசகர் சுப்புடு (ஐயர்) "பொதுவாக அவர்கள் (பார்ப்பனரல்லாதார்) இந்த லயனுக்கு வரல்லே", என்று பதிலளித்தார். எவ்வளவு பெரிய வரலாற்றுப் பொய் இது! தஞ்சை நால்வர் என்று அழைக்கப்படும் பொன்னையா, சின்னையா, சிவானந்தம், வடிவேலு ஆகிய நால்வர்தான் இன்றைய பரதநாட்டிய நிகழ்ச்சிகளின் முன்னோடிகளாவர். இசை வேளாளர் மரபில் பிறந்த இவர்களின் கலைப் பெரும் பணியினை மறைப்பதற்காகவே, இவர்கள் 'கர்நாடக மும்மூர்த்திகள்' என்று

தெலுங்குக் கீர்த்தனங்கள் பாடிய மூன்று பார்ப்பனர்களை முன்னாலே நிறுத்தினார்கள். முத்துத்தாண்டவர், மாரிமுத்தாபிள்ளை, சீர்காழி அருணாச்சலக் கவிராயர் ஆகிய தமிழ் இசை ஆசிரியர்கள் மறைக்கப்பட்டனர். கல்கியும், ஆனந்த விகடனும் இருக்கிற போது, அறிவுலகத் திருட்டுத்தனங்களில் இவர்களுக்கு கவலையேதும் கிடையாது.

தமிழர்களின் கலாச்சாரச் சொத்தைப் பிடுங்கிக் கொண்டு அது பரம்பரையாகத் தங்களுடையதே என்று சாதிக்கும் மேல்சாதி ஏமாற்று வேலை இது. சேர, சோழ, பாண்டிய, விசய நகர அரசர்களின் காலத்தில் எந்தப் பார்ப்பனன் பாட, எந்தப் பார்ப்பனப் பெண் மேடையேறி ஆடினாள்? ஏன் இன்னும் திராவிடர் இசை நாகரிகத்தைக் காட்டும் பெருவங்கியமும் (நாதசுரமும்) தவிலும் வாசிக்கப் பார்ப்பனர்கள் முன் வருவதில்லை? இசை வேளாளர் வகுப்புச் சகோதரிகள் ஆடிவந்த சதிர் என்னும் தமிழர் நடனத்தைக் காலனிய ஆட்சி வரலாற்றில் முதல் முறையாகப் பார்ப்பனப் பெண் மேடையேறி ஆடத் தொடங்கினாள். அதற்குப் பரதநாட்டியம் என்று புதுப் பெயர் சூட்டப் பெற்றது.

இருபதாம் நூற்றாண்டின் பிற்பகுதியிலே வாழுகிற தமிழன் கர்நாடக சங்கீதமும், பரதநாட்டியமும் பார்ப்பனர்களின் கண்டுபிடிப்பு என்றும் காலங்காலமாக அவற்றை அவர்களே வளர்த்தனர் என்றும் நம்புகிறான். இந்த ஏமாளித்தனத்தை எப்படி மாற்றுவது?

இருபதாம் நூற்றாண்டின் தொடக்கத்தில் திலகராலும் பின்னர் காந்தியாலும் வளர்க்கப்பட்ட இந்திய தேசியம் பார்ப்பன கலாச்சாரத்திற்குப் பாதுகாப்பாக அமைந்தது, காந்தியார் வர்ணாசிரம தர்மத்தில் தான் கொண்ட நம்பிக்கையை ஒளிவு மறைவில்லாமல் வெளியிட்டார், அதன் காரணமாகப் பார்ப்பனர்கள் அலை அலையாக இந்திய தேசியக் காங்கிரசுக்குள் புகுந்தனர். அந்தச் சமயத்தில், 'அனைத்துச் சாதியினருக்கும் சாதியினரின் மக்கள் விகிதாச்சாரப்படி வகுப்புரிமை வேண்டும்', என்ற தீர்மானத்தினை காங்கிரசில் பெரியார் கொணர்ந்தார். இதற்கு ஆதரவாகத் திரு.வி.க., வ.உ.சி. ஆகியோர் இருந்தனர். ஆனால் பின்னர் அதே திரு.வி.க.வும் ஒரு காரணமாக ஈ.வெ.ரா. பெரியார் காங்கிரசில் இருந்து வெளியேறினார். ஆக மொத்தத்தில் சுதேசமித்திரன் ஜி.சுப்பிரமணிய ஐயர் கலந்து கொண்ட முதல் காங்கிரஸ் மகாசபை தொடங்கி, தமிழ்நாடு காங்கிரசை மெல்ல மெல்லக் கைப்பற்றும் பார்ப்பனர்களின் முயற்சி 1924-ல் முழுமை

பெற்றது. அந்த ஆண்டில் தமிழ்நாட்டில் இருந்து அகிய இந்திய காங்கிரஸ் கமிட்டிக்குத் தேர்ந்தெடுக்கப்பட்ட 14 பேர்களில் 13 பேர் பார்ப்பனர்களாக இருந்தனர். இதுவே இதனை விளக்கப் போதுமான சான்றாகும்.

இக்காலகட்டத்தில் தமிழ்நாட்டில் பார்ப்பன சக்திகளின் நிலை எவ்வாறு இருந்தது என்று பார்க்க வேண்டும். சர்.சி.பி.இராமசாமி ஐயர் தலைமையில் மயிலாப்பூர் கோஷ்டி என்று ஒன்று அரசியல் தலைமைக்கு (கவர்னருக்கு) நெருக்கமாக இருந்தது. மயிலாப்பூர் கோஷ்டியில் பெரும்பாலும் பார்ப்பன வக்கீல்களே இருந்தனர். அரசியல் தலைமையைப் பெரும்பாலும் அனுசரித்துப் போகும் போக்கு இவர்களிடம் இருந்தது. இந்த கோஷ்டியினரைத்தான் பாரதி 'மயிலாப்பூர் வக்கீல்கள்' என்றும் தன்னுடைய கவிதையில் 'அந்தகர்' என்றும் 'அலிகள்' என்றும் சாடித் தீர்க்கின்றான். இந்த நேரத்தில்தான் சேலத்து வக்கீல் இராஜகோபாலாச்சாரியார் சென்னைக்கு வந்து மயிலாப்பூர் கோஷ்டியின் பக்கம் சாய்கிறார். பிறகு தேசபக்தன் பத்திரிகை நடத்திய திரு.வி.க.வைத் தன்னுடைய ஆதரவாளராக அவர் வளைத்துக்கொண்டார்.

பார்ப்பனியத்தின் பலமான அம்சங்களில் ஒன்று அவர்கள் தங்கள் சார்பில் பேசப் பார்ப்பனர் அல்லாத அடிமைகளைத் தேர்ந்தெடுத்துக் கொள்வதுதான். தமிழகச் சமூக அரசியல் வரலாற்றில் குறிப்பிடத்தக்க, Non-Brahmin Manifesto (1916) என்று அழைக்கப்படும் பிராமணரால்லாதார் அறிக்கையினை உடனடியாக எதிர்த்தவர்கள் குத்திகேசவ பிள்ளையும் ஐரிஷ் பிராமணியான அன்னிபெசன்ட் அம்மையாரும்தான். எனவே தான் இன்றளவும் பள்ளிப் பிள்ளைகளுக்கான வரலாற்றுப் பாடப் புத்தகத்தில் அன்னிபெசன்ட் பற்றியதான செய்திகள் உயர்வாக இடம் பெறுகின்றன.

1920-களின் தொடக்கத்தில் தமிழ்நாடு காங்கிரஸ் கமிட்டித் தலைவராக டி.வெங்கடராம ஐயர் இருந்த போது கீழ்க்காணுவோர் மாவட்டக் காங்கிரஸ் கட்சித் தலைவர்களாக இருந்தனர். மதுரை - வைத்தியநாத ஐயர், திருச்சி - சாமிநாதையர், தஞ்சாவூர் - பந்துலு ஐயர், திருநெல்வேலி - மகாதேவ ஐயர், கோயமுத்தூர் - என்.எஸ். இராமசாமி ஐயர், சேலம் - ராமராவ், வட ஆற்காடு - சுப்பிரமணிய சாஸ்திரி, சென்னை - ராமசாமி ஐயங்கார்.

1922-இல் வரகனேரி வேங்கட சுப்பிரமணிய ஐயர் என்ற வ.வே.சு. ஐயர் 1922-இல் நெல்லை மாவட்டம் சேரன்மகாதேவியில்

'இந்து தர்மத்தை மீட்டெடுக்க' ஒரு குருகுலத்தைத் தொடங்கினார். இது நெல்லை மாவட்டம் கல்லிடைக்குறிச்சியில் தொடங்கி பின்னர் சேரன்மகாதேவிக்கு மாற்றப்பட்டது. இரண்டு ஊர்களுமே அக்காலத்தில் அதிக அக்ரகாரங்களையுடைய பார்ப்பனக் கோட்டைகளாகும். இதற்கான நன்கொடை சகல சாதியாரிடமும் குறிப்பாக நாட்டுக்கோட்டை செட்டியாரிடமிருந்தும் பெறப்பட்டது. இந்தக் குருகுலத்தில் பார்ப்பன மாணவர்களுக்கும் பார்ப்பனரல்லாத மாணவர்களுக்கும் தனித்தனியாக உணவு பரிமாறப்பட்டது. (பின்னாளில் முதலமைச்சராக இருந்த ஓமந்தூர் இராமசாமி ரெட்டியாரின் மகன் அங்கே மாணவராக இருந்து இந்தச் செய்தியை வெளியுலகத்திற்குக் கொண்டு வந்தார்.) இதற்கெதிரான கண்டனக் குரல்கள் பார்ப்பனரல்லாதவரிடமிருந்து எழுந்தன. அதுவரை சேர்க்கப்பட்டிருந்த பார்ப்பன மாணவர்களுக்கு அவர்களுடைய பெற்றோர்களிடம் தாம் வாக்களித்தபடி தனித்தனியாக உணவு தரவேண்டும். 'இனி சேர்க்கப்படும் பார்ப்பன மாணவர்களை மற்றவர்களோடு இணைந்து சாப்பிடச் செய்வேன்', என்று வ.வே.சு.ஐயர் தமிழ்நாடு காங்கிரசுக்கும் மகாத்மா காந்திக்கும் தெரிவித்தார். மகாத்மா காந்தியும் இதை ஒப்புக்கொண்டார். தமிழ்நாடு காங்கிரஸ் தலைவர்களான எஸ்.இராமநாதனும், வரதராஜுலு நாயுடுவும், பெரியாரும் அதைக் கடுமையாக எதிர்த்தனர்.

ஐயர் நடத்திய குருகுலத்தில் பிறப்பு வழிப்பட்ட வேறுபாடு இருக்கக்கூடாது என்று எஸ். ராமநாதன் 1925இல் தமிழ்நாடு காங்கிரஸ் கமிட்டியில் தீர்மானத்தைக் கொண்டு வந்தபோது 26 உறுப்பினர்களில் அந்தந்தத் தீர்மானத்தை எதிர்த்த 7 பேர்களில் ஆறு பேர் பார்ப்பனர் களாவார்கள். ராஜாஜி (திருச்சியைச்சேர்ந்த) டாக்டர் டி.எஸ்.எஸ்.இராசன், சேலம் விசயராகவாச்சாரியார் பின் நாளில் ராஜாஜியின் உற்ற தோழராக விளங்கிய கே.சந்தானம், டாக்டர் சாமிநாத சாஸ்திரி, என்.எஸ்.வரதாச்சாரி ஆகியோரே அந்த, அறுவர் காலம் கனிந்து வருவதை சமபந்தியைத் தனியார் நடத்தும் குருகுலத்தில் வலியுறுத்த காங்கிரசுக்கு உரிமை இல்லை என்றார் ராஜாஜி. இதே போல் மற்றும் ஒரு சம்பவமும் இங்கே நினைக்கப்பட வேண்டும். சேரன் மகாதேவிக் குருகுலத்துக்கு தமிழ்நாடு காங்கிரஸ் கமிட்டி நிதியுதவி அளித்தது. அங்கே பார்ப்பனர் - பார்ப்பனரல்லாதார் வேறுபாடு காட்டப்பட்டதால் தமிழ்நாடு கமிட்டி பொதுச் செயலாளராக இருந்த பெரியார் வாக்களித்திருந்த இரண்டாவது தவணைப் பணம் ரூபாய் 5,000/-ஐத் தர மறுத்துவிட்டார். ஆனால் பெரியாருக்குத் தெரியாமல் இணைப் பொதுச் செயலராக இருந்த கே.சந்தானம் அத்தொகையைக் குருகுலத்திற்குக் கொடுத்து விட்டார்.

இப்படியாக தமிழ்நாடு காங்கிரஸ் இயக்கம் நடைமுறையில் பார்ப்பனர் கையிலேயே இருந்தது. நீதிக்கட்சி அரசில் டாக்டர் முத்துலெட்சுமி (ரெட்டி) அவர்கள் கொண்டு வந்த தேவதாசி முறை ஒழிப்பு மசோதாவை எதிர்த்து சத்தியமூர்த்தி ஐயர் 'இனிமேல் இறைவனுக்குத் தேவதாசித் தொண்டு செய்வது யார்?' என்று கேட்க அதற்கு முத்துலட்சுமி, "ஏன் இனிமேல் உங்கள் இனப் பெண்கள் இத்தொண்டைச் செய்யட்டுமே" என்றார். அதன் பிறகும் சத்தியமூர்த்தி ஐயர், "நான் சட்டத்தை மீறிச் சிறை சென்றாலும் செல்வேனே தவிரச் சாத்திரத்தை மீறி நரகத்திற்குப் போக மாட்டேன்" என்று பேசினார். 1927-இல் இந்து அறநிலையத் துறைச் சட்டத்தை நீதிக்கட்சி கொண்டு வந்தபோது காங்கிரஸ் தலைவர்களான சத்தியமூர்த்தி, சீனிவாச ஐயங்கார் ஆகியோர் அதனை மூர்க்கமாக எதிர்த்தனர். இந்து பத்திரிகை இதற்கான சட்ட மசோதாவைக் கண்டித்துத் தலையங்கம் எழுதியது. இச்சட்டத்தை ஆதரித்துப் பேசிய நீதிக் கட்சித் தலைவர் நடேசமுதலியார் கோயிலின் நிதி ஆதாரங்கள் ஒரு குறிப்பிட்ட சமூகத்து நலன்களுக்காகவும், செத்துப் போன சமஸ்கிருத மொழியை வளர்க்கவுமே பயன்படுத்தப்படுகின்றன. அதனைத் தடுத்து நிறுத்த இப்படியொரு சட்டம் தேவையென வலியுறுத்தினார். 1928-ல் காந்தி வர்ணாசிரம தர்மத்தை வெளிப்படையாக ஆதரித்தும் நியாயப்படுத்தியும் பேசினார். இத்தகைய நிகழ்ச்சிகள்தாம், காங்கிரசில் ஏமாற்றம் அடைந்து இருந்த பெரியாரைச் சுயமரியாதை இயக்கம் காணத் தூண்டின.

நீதிக்கட்சியும் பார்ப்பனர் தோல்வியும்

இந்த நூற்றாண்டின் முதல் இருபது ஆண்டுகளில் கண்விழித்து நகர்ப்புறம் சார்ந்து, ஆங்கிலக் கல்வி பயின்று, சிறிய அரசுப் பதவிகளில் அமர்ந்த தமிழர்கள் ஆங்கிலேய ஆட்சியிலும் பார்ப்பனர்களின் செல்வாக்கைக் கண்டு திடுக்கிட்டனர். பார்ப்பனர் அல்லாத ஏனையோருக்காகத் திராவிட மாணவர் சங்கம் என்ற ஒன்றை நிறுவினர். கேரளத்தைச் சேர்ந்த டாக்டர். டி.எம். நாயர், ஆந்திராவைச் சேர்ந்த பி.தியாகராசச் செட்டியார், தமிழ்நாட்டைச் சேர்ந்த டாக்டர். நடேச முதலியார் ஆகியோர் பெரு முயற்சி செய்து தமிழர்களை ஒன்று திரட்டி 1916 டிசம்பரில் பார்ப்பனரல்லாதார் அறிக்கை (Non Brahmin Manifesto) என்ற புகழ் பெற்ற அறிக்கையினை வெளியிட்டனர். பின்னர் தென்னாப்பிரிக்காவிலிருந்து தமிழ் நாட்டிற்குத் திரும்பி

வந்திருந்த, தாழ்த்தப்பட்ட மக்களின் (அம்பேத்காருக்கும் முற்பட்ட) பெருந் தலைவரான இரட்டைமலை சீனிவாசன் இவர்களின் முயற்சிக்குத் துணை நின்றார். மாண்டேகு செம்ஸ்போர்டு சீர்திருத்தத்தின் அடிப்படையில் வந்த 1920 தேர்தலில் திராவிடர் கட்சியான (ஜஸ்டிஸ்) நீதிக்கட்சி வெற்றி பெற்றது.

1920 முதல் 1937 வரை தமிழ்நாட்டில் நீதிக்கட்சி ஆட்சி அல்லது அதனுடைய ஆதரவு பெற்ற ஆட்சி நடைபெற்றது. பார்ப்பனர்களிடம் மட்டுமே சிக்கிக் கிடந்த அரசியல் அதிகாரத்தை இக்காலக்கட்டத்தில்தான் ஓரளவேனும் பார்ப்பனரல்லாதார் பறித்தெடுத்துக் கொண்டனர். நீதிக் கட்சியின் ஆட்சியின் போது பார்ப்பனர்களின் வலிமையான எதிர்ப்புக்கு ஊடே நிகழ்ந்த சில சாதனைகள், பிறகாலத்தில் தமிழர் பெற்ற விழிப்புணர்ச்சிக்கு காரணமாக அமைந்தன. நீதிக்கட்சியின் இத்தகைய நடவடிக்கைகள் அன்றைய சமூக நிலையில் மாபெரும் சாதனைகளாகும்.

1. 1921 செப்டம்பரில் நீதிக்கட்சி அரசாங்கம் வெளியிட்ட முதல் வகுப்புவாரி பிரதிநிதித்துவ அரசாணை (Communal G.O.) அரசுப் பதவிகளில் பார்ப்பனரல்லாதார் எண்ணிக்கையைக் கூட்ட வேண்டும் என்ற அரசாங்கத்தின் நோக்கம் இதில் தெளிவாகக் குறிப்பிட்டிருந்தது. (அரசாணை எண் : 1.M.R.O. Public Ordinary Services G.O. No.613 dated 16.2.21).
2. 1922-ல் வேலை வாய்ப்பில் மட்டுமல்லாமல் பதவி உயர்விலும், வகுப்புவாரிப் பிரதிநிதித்துவம் கடைப்பிடிக்கப்பட வேண்டுமென அரசாணை வெளியிடப்பட்டது. (அரசாணை எண்: M.R.O. Public Ordinary Services G.O. No. 658 dated:15.8.22).
3. மேற்குறித்த இரு ஆணைகளையும் அமல்படுத்தும் பொறுப்பை அங்கங்கே இருந்த அதிகாரிகளிடம் விட்டு விடுவதற்கு அரசு தயாராக இல்லை. பெரும்பான்மையாக பார்ப்பனர்களே அதிகாரிகளாக இருந்த நிருவாக அமைப்பில் இந்த ஆணைகளின் தலைவிதி எப்படி முடியும் என்பது நீதிக்கட்சியின் தலைவர்களுக்குத் தெரிந்திருக்கிறது. எனவே அரசுப் பணியாளர்களைத் தேர்ந்தெடுக்க நீதிக்கட்சி அரசாங்கம் 1924-இல் Staff Selection Board என்ற பெயரில் வாரியம் ஒன்றை நியமித்தது (இதுதான் T.N.P.S.C. எனப்படும்

தமிழ்நாடு அரசுப் பணியாளர் தேர்வாணையத்தின் முன்னோடி அமைப்பாகும்). இதன் விளைவாகத்தான் 1947க்கு முன்னால் தமிழ்நாட்டில் பிற்படுத்தப்பட்ட, தாழ்த்தப்பட்ட மக்கள் கணிசமான அளவில் அரசுப் பணிகளில் நுழைய முடிந்தது. இன்றைய அளவில் ஒப்பிடும்போது இவர்களின் எண்ணிக்கை அன்று மிகக் குறைவுதான். ஆனால் அன்றைய சூழ்நிலையில் இந்தியாவில் வேறெந்த மாநிலத்தையும் விடப் பார்ப்பனரல்லாதார் அரசுப் பணிகளில் கணிசமான இடம் பெற்றது தமிழ்நாட்டில்தான்.

4. நீதிக்கட்சி ஆட்சியில் பார்ப்பனரல்லாதார் விடுதலைக்குச் செய்யப்பட்ட மற்றுமொரு அரசு நடவடிக்கை, இந்து அறநிலையத் துறையை 1928-ல் உருவாக்கியது ஆகும்.
5. தாழ்த்தப்பட்ட சமூகத்தைச் சேர்ந்த தலைவர் எம்.சி.இராசா அவர்களை நீதிக்கட்சி அறநிலையத்துறை அமைச்சர் ஆக்கியது.

எம்.சி.இராசா பின்னர் அம்பேத்காருக்குத் துரோகம் செய்துவிட்டு ராஜாஜி அமைச்சரவையிலும் அமைச்சராக இருந்தார். அவரை வைத்துக்கொண்டே, தமிழ்நாட்டுப் பார்ப்பனர்கள் அன்றைக்கு எழுந்து வந்த தலித் சமூக எழுச்சியை உடைத்தார்கள். அது ஒரு தனிக்கதை.

காலங்காலமாகப் பார்ப்பனர்கள் சமூகத்திலும், அரசியலிலும் ஆதிக்கம் செலுத்துவதற்கு அவர்களின் பொருளாதாரப் பின்புலமும் ஒரு காரணமாக இருந்தது. தமிழ்நாட்டின் நஞ்சை நிலங்கள் கணிசமான அளவு கோயில்கள், மடங்கள் ஆகியவற்றின் பிடியில் இருந்தன. கோயில் பணிக்காகப் பார்ப்பனர்களுக்கு அரசர்கள், மடத் தலைவர்கள், ஜமீன்தார்கள் ஆகியோரால் தரப்பட்ட நஞ்சை நிலங்கள் அவர்கள் கையில் இருந்தன. அத்தோடு கோயில்களின் நில, பண வருமானத்தையும் கோயில் பார்ப்பனர்களே ‘நிருவாகம்’ என்ற பெயரில் அனுபவித்து வந்தனர். கிறித்துவர்களால் ஆன வெள்ளை அரசு தன்னுடைய பாதுகாப்புக்காக இந்துமத சம்பந்தமான விஷயங்களில் தலையிடாமலே இருந்து வந்தது. எனவே நீதிக்கட்சி அரசு 1928இல் இந்தியாவிலேயே முதல் முறையாக இந்து அறநிலையத் துறையினை நிறுவி, கோயிற் பார்ப்பனர், மடாதிபதிகள் ஆகியோர் பொதுச் சொத்துக்களை விருப்பம் போல் அனுபவித்து வந்ததை நிறுத்தியது. அதிகார மையங்களாகிய நகரங்களை நோக்கி 1930-க்குப் பிறகு பார்ப்பனர்கள் வேகமாக நகர்ந்து வந்ததற்கு இதுவும் ஒரு காரணமாகும்.

ராஜாஜி

திருமலை நல்லான் சக்கரவர்த்தி ராஜகோபாலாச்சாரியார் (ராஜாஜி) சேலம் மாவட்டம் தொரப்பள்ளி கிராமத்தில் வடகலை வைணவக் குடும்பத்தில் பிறந்தவர். இளம் வழக்கறிஞராக சேலத்தில் வாழ்க்கையைத் தொடங்கி முன்னுக்கு வந்தவர். கூர்த்த மதி நுட்பமும் திட்டமான வாழ்க்கை நெறிகளும் உடையவர். இதனை முழுக்க பார்ப்பனர் நலனுக்காகப் பயன்படுத்தினார். 40 வயதிற்குள்ளாகவே சேலம் நகர சபைத் தலைவரானார்.

இருபதாம் நூற்றாண்டுத் தமிழ்நாட்டு அரசியல் வரலாறு 55 ஆண்டுக் காலமாக இராஜாஜி, பெரியார் ஈ.வெ.ரா. என்ற இரண்டு எதிர்த் துருவங்களையே சுற்றி வந்திருக்கின்றது. 'தேவர்களுக்கு மகாவிஷ்ணு மாதிரி பார்ப்பனர்களுக்கு ராஜாஜி' என்று பெரியார் இவரை வர்ணித்ததுண்டு.

தமிழ்நாட்டு வரலாற்றில் இறுதி மூச்சு வரை பார்ப்பனியத்தின் நலன்களை வலிமையான, புதிய புதிய பாதுகாப்பு அரண்களோடு காப்பாற்றப் போராடியவர் ராஜாஜியைத் தவிர வேறு யாருமில்லை.

1919-இல் சென்னைக்குக் குடிபெயர்ந்தார் ராஜாஜி. அப்பொழுது நாட்டிலிருந்த காங்கிரஸ் குழுக்கள் எவற்றிலும் காந்திக்கோ, காந்தியத்துக்கோ செல்வாக்கில்லை. சர்.சி.பி.ராமசாமி ஐயர் தலைமையிலிருந்து குழு காங்கிரசை விடக் கவர்னரை நேசித்தது. மற்றொரு குழுவான தமிழ்நாடு காங்கிரஸ் தலைவர் எஸ்.சீனிவாச ஐயங்காரும் செயலாளர் எஸ்.சத்தியமூர்த்தியும் சட்டமறுப்பு இயக்கத்தையும், காந்தியத்தையும் எதிர்த்தனர். குழுக்கள் எதிலும் சிக்கிக் கொள்ளாத (ஆனால் மயிலாப்பூர் சனாதனத்தை விரும்பிய) ராஜாஜி அக்காலத்தில் வலிமை வாய்ந்த பேச்சாளராகவும் எழுத்தாளராகவும் திகழ்ந்த, தேசபக்தன் பத்திரிகையை நடத்திய திரு.வி. கல்யாண சுந்தர முதலியாரைத் தன் பக்கம் இழுத்தார். பின்னர் பார்ப்பனரல்லாதாரான பெரியார், எஸ்.ராமநாதன், டாக்டர் பி.வரதராஜுலு நாயுடு ஆகியோரை முன்னிறுத்தி (இவர்கள் மூவருமே பின்னாளில் ராஜாஜியையும் பார்ப்பனியத்தையும் எதிர்த்துத் திராவிடர் இயக்கத் தூண்களாயினர்) தன்னுடைய பார்ப்பன எதிரிகளை அரசியலில் வீழ்த்திக் காட்டினார். வ.வே.சு.ஐயர் நடத்திய சேரன்மகாதேவி குருகுலத்தில் பார்ப்பன மாணவர்களுக்குத் தனி உணவு, உறைவிடம், நீர் ஆகியவையும் பார்ப்பனர் அல்லாத மாணவர்களுக்குத் தனியான உணவு, உடை, நீர் எனவும் பாகுபாடு காட்டப்பட்டது. இதனைப் பெரியார் கடுமையாக எதிர்த்தார். அப்போது செங்கல்பட்டு

எம்.கே.ஆச்சாரியா, கே. சந்தானம் (ஐயங்கார்) இருவரையும் ராஜாஜி தன்னுடன் சேர்த்துக் கொண்டு குருகுலச் சிக்கலில் பெரியார், எஸ்.ராமநாதன், டாக்டர். நாயுடு மூவரும் சலிப்படைந்து காங்கிரசிலிருந்து ஒதுங்குமாறு செய்தார். பெரியார் கையிலிருந்த கதர் போர்டுக்கு கே.சந்தானத்தைத் (பின்னாளில் இவர் கவர்னராகவும், ரிசர்வ் வங்கி கவர்னராகவும், ராஜாஜியின் சுதந்திரக் கட்சியின் தூணாகவும் விளங்கினார்) தலைவராக்கிக் கதர் போர்டில் பார்ப்பன நியமனங்களைப் பெருக்கினார்.

1930-களில் ராஜாஜிக்கு அரசியல் எதிரிகளாக காங்கிரசுக்குள் எஸ்.சத்தியமூர்த்தியும் அவரது சீடரான காமராசருமே மிஞ்சினர். ராஜாஜி 1937-களில் சென்னை மாகாணப் பிரதம மந்திரியான போது அவருடைய அமைச்சரவையில் 11 பேர்களில் 5 பேர் பார்ப்பனர்களாக இருந்தனர். 1937-இல் தமிழ்நாடு காங்கிரஸ் தலைவர் பதவிக்கு காமராசர் போட்டியிட்ட போது ராஜாஜி தனது ஆதரவாளரான பார்ப்பனர் அல்லாத சி.பி. சுப்பையாவைத் தேர்தலில் எதிர்த்து நிறுத்தினார். காமராசர் வென்றார். அது முதல் 1969 வரை காமராசரை ராஜாஜி தன் அரசியல் எதிரியாகவே நடத்தினார்.

1939ஆம் ஆண்டு அகில இந்தியக் காங்கிரஸ் கட்சி எல்லா மாகாணங்களிலும் காங்கிரஸ் அமைச்சரவைகளைப் பதவி விலகுமாறு ஆணையிட்டது. சென்னை மாகாணப் பிரதம மந்திரியான ராஜாஜி மட்டும் கட்சிக் கட்டளையை முதலில் மறுத்தார். வேறு வழியின்றி இறுதியில் பதவி விலகினார். உடன் காங்கிரஸை விட்டும் விலகினார். ராஜாஜியின் அதிகார ஆசை அவ்வளவு கனமாக இருந்தது.

ராஜாஜியின் இரண்டு ஆண்டுக் கால ஆட்சியில் நடந்த முக்கிய நிகழ்ச்சியில் சிலவற்றைக் குறிப்பிட்டுச் சொல்லலாம். ஒன்று, பள்ளிகளில் கட்டாய இந்தியினைக் கொண்டு வந்து திராவிடர் இயக்கத்தாரின் கடுமையான, நெடிய போராட்டத்திற்குப் பிறகு அதை விலக்கிக் கொண்டது. மற்றொன்று, கம்மாளர் எனப் பெறும் (விஸ்வகர்ம அல்லது விஸ்வகர்ம பிராமண) சாதியார் தங்கள் பெயருக்குப் பின் ஆசாரி என்றுதான் சாதிப் பட்டத்தை எழுத வேண்டும், ஆச்சாரி என்று எழுதக்கூடாது என ஆணையிட்டது ஆகும். இரண்டாம் முறை தமிழ்நாட்டு முதலமைச்சரான போது மதுவிலக்குக் கொண்டுவருவதால் அரசு வருவாய் குறைவதாகச் சொல்லி அதனை ஈடுகட்ட நூற்றுக்கணக்கான பள்ளிகளை மூடினார். அதே சமயத்தில் சமசுகிருதத்திற்குத் தேவையான நிதி ஒதுக்கித் தன் பார்ப்பனப் பற்றை செவ்வனே வெளிப்படுத்தினார். இவை யாவும் பார்ப்பனர் நலத்தை முன்னிறுத்திய செயல்களாகும்.

1942 முதல் 1945 வரை ராஜாஜி காங்கிரசில் இருந்து விலகியிருந்தார். 1942-ல் அலகாபாத்தில் கூடிய அகில இந்தியக் காங்கிரஸ் கூட்டத்தில் பாகிஸ்தான் பிரிவினையை ஆதரித்து ராஜாஜி கொண்டு வந்த தீர்மானத்துக்கு ஆதரவாக 15 வாக்குகளும் எதிராக 120 வாக்குகளும் கிடைத்தன. தீர்மானம் தோற்றத்தைக் காரணம் காட்டி ராஜாஜி காங்கிரசின் எல்லாப் பொறுப்பிலிருந்தும் - நாலணா உறுப்பினர் பொறுப்பில் இருந்தும்கூட - விலகிவிட்டார். இந்தக் கால இடைவெளியில்தான் இரண்டாம் உலகப் பெரும் போர் நிகழ்ந்தது. காங்கிரஸ் கட்சி ஆகஸ்டு புரட்சி எனப்படும். 'வெள்ளையனே வெளியேறு' இயக்கத்தை உக்கிரமாக நடத்தியது. காங்கிரசிலிருந்து விலகிவிட்ட ராஜாஜியைத் தவிர காங்கிரசின் அனைத்து மாவட்டத் தலைவர்களும் சிறையிலிருந்தனர். ராஜாஜியோ கல்கத்தாவில் வணிகப் பேரவை நடத்திய கூட்டத்தில் ஆகஸ்டு புரட்சியைக் கேலி செய்தும் பேசினார்.

இந்த இடைவெளியில் ராஜாஜி தமிழ்நாட்டில் தனக்கு ஆதரவாகப் பத்திரிகை பலத்தை மட்டும் உறுதியாகப் பற்றிக் கொண்டார். ரா.கிருஷ்ணமூர்த்தி ஐயர் என்ற கல்கியை முன்னரே திரு.வி.க.விடத்தில் பயிற்றுவித்து ஆனந்த விகடன் பத்திரிகையைத் தொடங்க வைத்தார். கல்கியும் தன் வாழ்நாள் முழுவதும் ராஜாஜியின் ஆஸ்தான எழுத்தாளராக இருந்து அவரை ஞானி, கர்மயோகி, தவமுனிவர், ஜனகமகராஜா என்று எழுதிக்காட்டினார்.

1945 ஜூலையில் ஆகஸ்டு இயக்கம் எனப்பட்ட 'வெள்ளையனே வெளியேறு' இயக்கத்தில் சிறைப்பட்டிருந்த காங்கிரஸ் தலைவர்கள் எல்லாரும் வெளியே வந்தனர். சுதந்திரம் அருகில் வருவதை அறிந்தவுடன் வெளியிலிருந்த ராஜாஜி காங்கிரசில் சேர முயற்சித்தார். அகில இந்திய காங்கிரஸ் கமிட்டிக்குக் காலியாக இருந்த 37 இடங்களில் ஒன்றான திருச்செங்கோட்டில் இருந்து அகில இந்திய காங்கிரஸ் கமிட்டிக்கு ராஜாஜி தேர்ந்தெடுக்கப்பட்டதாகச் செய்தி வந்தது. தனக்குத் தெரியாமல் திருச்செங்கோட்டில் தேர்தல் நடந்தது எப்படி என்று தமிழ்நாடு காங்கிரஸ் கமிட்டித் தலைவர் காமராசர் திகைத்தார். 1945 அக்டோபர் 31-இல் திருப்பரங்குன்றத்தில் கூடிய தமிழ்நாடு காங்கிரஸ் கமிட்டி 'ராஜாஜியை தமிழ்நாடு காங்கிரசுக்குள் சேர்க்கக்கூடாது' என்று தீர்மானம் நிறைவேற்றியது.

திருச்செங்கோட்டில் நடந்த கபடச் செயலுக்குத் துணையாக அகில இந்தியக் காங்கிரஸ் கமிட்டி ராஜாஜிக்கு ஆதரவளித்தது. ராஜாஜி 1945 ஆகஸ்டிலேயே காங்கிரஸில் சேர்ந்து விட்டதாக அ.இ.காங்கிரஸ் தலைவர் மௌலானா ஆசாத் அறிக்கை வெளியிட்டார். கடைசியில்

அ.இ.கா.க. முடிவின்படி ராஜாஜி காங்கிரசில் சேர்ந்து விட்டார். ஆனால் ஏமாந்து போன த.நா.கா.க. தலைவர்களின் திருப்பரங்குன்றம் தீர்மானம் தோற்றது. மோசடியான திருச்செங்கோடு தேர்தல் செல்லுபடியாயிற்று. அறிஞர் அண்ணா இதைத்தான் கோடு உயர்ந்தது. குன்றம் தாழ்ந்தது எனத் தலையங்கம் எழுதிக் காட்டினார்.

இந்த இடத்தில் குறிப்பிட்டுச் சொல்ல வேண்டிய ஒரு மனிதர் தினமணி டி.எஸ்.சொக்கலிங்கம் ஆவார். இவர் ஆஷ் கொலை வழக்கில் குற்றவாளியாகச் சிறைத்தண்டனை பெற்ற தென்காசி மடத்துக்கடை சிதம்பரம் பிள்ளையின் உடன் பிறந்த தம்பியாவார். 1937-ல் சென்னை சட்டசபைக்குத் தென்காசி தொகுதியிலிருந்து தேர்ந்தெடுக்கப்பட்டவர். தினமணி இதழின் முதல் ஆசிரியர், சிறந்த பத்திரிகையாளர். இவரே கடைசி முயற்சியாக ராஜாஜி தமிழ்நாட்டு காங்கிரசைக் கைப்பற்ற முனைந்த பொழுது அவருக்கு எதிராகக் காமராசரை முன்னிறுத்தியவர். இவர் நடத்திய தினசரி நாளிதழில் தலையங்கங்கள் ராஜாஜியின் காங்கிரஸ் துரோகத்தை அம்பலப்படுத்தின. அவை, 1945 தமிழர் புரட்சி என்ற பெயரில் தொகுக்கப்பெற்று 1957-ல் நூல் வடிவம் பெற்றுள்ளன.

1946 சனவரியில் காந்தியார் தமிழ்நாட்டுக்கு வருகை தந்த போது காங்கிரஸில் நாலணா உறுப்பினராகக் கூட இல்லாத ராஜாஜி சம்பந்தி என்ற முறையை வைத்துக் கொண்டு காந்தியைக் கணநேரமும் பிரியாமல் உடன் இருந்து கொண்டார். இதனால் தமிழ்நாட்டு காங்கிரசின் தலைவரான காமராசர், காந்தியிடம் கட்சி நடப்புகளைக் கூட பேச முடியாமல் போய்விட்டது. சுற்றுப்பயணம் முடிந்து திரும்பும்போது காந்தியார் தமிழ்நாட்டில் சிலர் க்ளிக் அரசியல் நடத்துகின்றனர் என்று மறைமுகமாகக் காமராசரைக் கண்டித்து ஓர் அறிக்கை வெளியிட்டார். இந்த அறிக்கையைக் கண்டித்து காமராசர் பதவி விலகத் தயாரானார். காந்தியார் மழுப்பலான ஒரு சமாதான விளக்கத்தைத் தன்னுடைய அரிஜன் பத்திரிகையில் வெளியிட்டார். ஒட்டுமொத்த விளைவாக அரிஜன சேவைக்கு என்ற பெயரில் ராஜாஜி மீண்டும் காங்கிரசில் சேர்ந்தார்.

1946 மார்ச் தேர்தலில் ராஜாஜியை த.நா.கா.க. வேறு வழியில்லாமல் ஏற்றுக் கொண்டும் அவர் தேர்தலில் நிற்க மறுத்து விட்டார். தேர்தலில் காங்கிரசுக்குப் பெரும்பான்மை கிடைத்தது. ராஜாஜியைத் தமிழக முதலமைச்சராக்கும்படி காந்தியடிகள் த.நா.கா.க.யைக் கேட்டுக் கொண்டார். ஆனால் தேர்ந்தெடுக்கப்பட்ட சட்டமன்ற உறுப்பினர்களில் 38 பேர் ராஜாஜிக்கு ஆதரவாயும் 146 பேர் ராஜாஜிக்கு எதிராகவும் வாக்களித்தனர்.

1952-ல் பொதுத் தேர்தல் முடிந்து குடியரசுத் தலைவராக இராசேந்திர பிரசாத் தேர்ந்தெடுக்கப்பட்டவுடன் கவர்னர் ஜெனரல் ராஜாஜி பதவியிழந்து சென்னைக்கு வந்தார். முதல் பொதுத் தேர்தலாகிய 1952 தேர்தலில் தமிழ்நாட்டில் காங்கிரஸ் பெரும்பான்மை பெறவில்லை. காங்கிரசை எதிர்த்து வெற்றி பெற்றிருந்த உழைப்பாளர் கட்சி (வன்னியர் கட்சி) எம்.எல்.ஏக்கள் (சட்டமன்ற உறுப்பினர்கள்) பதினோரு பேரைத் தன் கூர்த்த மதியால் காங்கிரசுக்கு ஆதரவளிக்கச் செய்து தமிழ்நாட்டின் முதலமைச்சரானார். இந்தியாவில் கட்சித் தாவல் நாடகத்தை முதன்முதலாகத் தமிழ்நாட்டில் அரங்கேற்றினார்.

1952-ல் முதலமைச்சரானவுடன் அப்பன் தொழிலைப் பிள்ளை செய்யும் குலக்கல்வித் திட்டத்தைக் கொண்டு வந்தார். பெரியார் கடுமையாக இதனை எதிர்த்தார். இதனால் கட்சி உறுப்பினர் ஆதரவை இழந்த ராஜாஜி குற்றாலத்திலிருந்தபோது காங்கிரஸ் சட்டமன்றக் கட்சி சென்னையில் புதிய தலைவராக (முதலமைச்சராகக்) காமராசரைத் தேர்வு செய்தது.

1957 வரை பத்திரிகைகளில் ராமாயண, மகாபாரத விளக்கங்கள் எழுதி வந்த ராஜாஜி 1957-இல் சுதந்திரா கட்சியைத் தொடங்கினார். பிரதமர் நேருவை எதிர்க்கத் தொடங்கினார். தமிழ்நாட்டில் முதன்முதலில் இந்தியைக் கட்டாயமாக்கிய ராஜாஜி தானே இந்தியை எதிர்க்கத் தொடங்கினார். 'இந்தி வேண்டாம் ஒரு பொழுதும்; ஆங்கிலம் வேண்டும் எப்பொழுதும்' (Hindi Never English Ever) என்ற முழக்கத்தை எழுப்பினார்.

ஏனென்றால், இந்தக் கால கட்டத்தில் மொழிவாரி மாநிலங்கள் நேருவின் அரை மனத்தோடு உருவாகிவிட்டன. எனவே, அனைத்திந்திய பார்ப்பனியம் என்னும் இடத்திலிருந்து ராஜாஜி வழுகிப் போவது தவிர்க்க முடியாததாகிவிட்டது. பார்ப்பனிய நலன்களை இந்தியோ, சமஸ்கிருதமோ பாதுகாக்க இயலாது என்ற நிலை வந்தவுடன், ராஜாஜி ஐரோப்பியப் பார்ப்பன மொழியான ஆங்கிலத்தைப் பற்றிக் கொண்டார்.

நேருவின் தலைமையில் காங்கிரசின் இடது சார்பைக்கண்டு அஞ்சிய ராஜாஜி தனியுடைமைக் கோரிக்கையினை முன்வைத்து சுதந்திர கட்சியைத் தொடங்கினார். இந்தியாவின் பெரிய முதலாளிகள் அனைவரும் அவரை ஆதரித்தனர்.

தன்னைப் பதவியிலிருந்து வெளியேற்றிய காங்கிரசைப் பதவியிறக்கும் நோக்கத்துடன் தமிழ்நாட்டில் தி.மு.க.வுடன் கூட்டுச் சேர்ந்தார். 1967 தேர்தலில் காங்கிரசின் வீழ்ச்சிக்கு ராஜாஜி ஒரு காரணமாக அமைந்தார்.

1967 தேர்தலில் வென்ற தி.மு.க. பெரியாரோடு தன் உறவைப் புதுப்பித்துக் கொண்டது. எனவே, ராஜாஜி தி.மு.க.வை வீழ்த்த 1971-இல் தன் அரசியல் எதிரியான காமராசரோடு தேர்தல் கூட்டணி அமைத்தார். அந்தக் கூட்டணி தேர்தலில் தோல்வி கண்டது. 1972ல் எம்.ஜி.ஆர். தி.மு.க.வை விட்டுப்பிரிந்தபோது ராஜாஜி அவருக்கு எல்லா வகைகளிலும் உதவி செய்தார். 1972-இல் காலமானார்.

ராஜாஜியின் வாழ்க்கையைக் கூர்ந்து நோக்கித் தெரிந்து கொள்ள வேண்டிய விஷயங்கள் சில உண்டு. ராஜாஜி சனநாயகத்தில் அழுத்தமான நம்பிக்கையுடையவர் அல்லர். இளவயதில் சேலம் நகரசபைத் தேர்தலில் வென்றதைத் தவிர வேறு எந்தத் தேர்தலிலும் அவர் நின்றதே கிடையாது. ஆனால் நாட்டு விடுதலைக்கு முன்னும் பின்னும் இந்தியாவின் பெரும் பதவிகளையெல்லாம் அவர் வகித்தார். தன் கை தளரும் போதெல்லாம் காங்கிரசைவிட்டு ஒதுங்குவது அல்லது விலகுவது, பின்னர் பதவிக்காகக் கட்சிக்குள் வருவது என்பதனை அவர் திரும்பத் திரும்பச் செய்தார். இந்தியைத் தமிழ்நாட்டில் அதிகாரபூர்வமாக நுழைத்தது, குலக்கல்வித்திட்டம் கொண்டு வந்தது, 1971 தேர்தலில் தி.மு.க.வை எதிர்த்தது ஆகிய அவரது அனைத்து நடவடிக்கைகளுமே பார்ப்பனர்களின் நலனை முன்னிறுத்தியதேயாகும்.

இருபதாம் நூற்றாண்டின் பத்திரிகைத் துறையின் வலிமையினை வேறு எந்த அரசியல்வாதிகளையும்விட முன்னதாகவே அறிந்து கொண்ட கூர்த்த மதியாளர் அவர். தொடக்ககாலத்தில் நவசக்தி, தேசபக்தன், பின்னர் ஆனந்த விகடன், கல்கி ஆகிய பத்திரிகைகளையும் அவர் வளைத்துக் கொண்டார். தன்னுடைய ஆஸ்தான எழுத்தாளராகக் கல்கி கிருஷ்ணமூர்த்தியை வைத்துக் கொண்டார்.

ராஜாஜி இருக்கும் வரை தமிழ்நாட்டுப் பார்ப்பனப் பத்திரிகைகள் அவரை எப்பொழுதும் விவாதத்திற்கு அப்பாற்பட்ட ஞானியாகவும் உத்தமராகவும் சித்தரித்தன. திராவிட நாட்டுக் கொள்கையை அண்ணா கைவிட்டபோது அவரைக் கொள்கையிலே பல்டியடித்தவர் எனப் பேசினார்கள், எழுதினார்கள். ஆனால் 1937-இல் காங்கிரசு கட்சிக்குக் கூட விருப்பமில்லாமல் தன் விருப்பத்தின் பேரில் கட்டாய இந்தியைக் கொண்டு வந்து எதிர்ப்பினையும் தோல்வியையும் சந்தித்த ராஜாஜி 1957-ல் ‘ஒரு போதும் இந்தி வேண்டாம்’ என்றார். அவர் கொள்கையில் பல்டியடித்தவராக எந்தப் பத்திரிகையும் பேசவும் இல்லை; எழுதவும் இல்லை.

ராஜாஜி மிகப் பெரிய பதவிகளைக் கட்சியிலும் ஆட்சியிலும் வகித்தார். ஆயினும் அரசியலில் பல தோல்விகளைத் தன் இறுதிக்காலம் வரையில் சந்தித்தார். ராஜாஜியின் மறைவிற்குப்

பின்னால் அவரது ஆதரவாளர்களும் ஆதரவுப் பத்திரிகைகளும் தர்க்க நியாயங்களைக் காட்டி வெளிப்படையாகவும் மறைவாகவும் இந்து மதவெறிக் கட்சிகளுக்கு ஆதரவு தருவது கண்கூடு.

பெரியார்

ஈரோடு வெங்கடப்ப இராமசாமியாகப் பிறந்து நாயக்கர், ராமசாமி நாயக்கர் என்று எதிரிகளாலும் பெரியார், தந்தை பெரியார் என்று ஆதரவாளர்களாலும் அழைக்கப்பட்ட பெரியார் தமிழகத்தின் அறியப்பட்ட ஈராயிரம் ஆண்டு வரலாற்றில் ஒரு தனித்த மாமனிதராக விளங்கியவர். இருபதாம் நூற்றாண்டு மாமனிதர் அவரே ஆவார்.

திருவள்ளுவர், திருநாவுக்கரசர், இராமானுசர் எனத் தமிழ்நாடு புதிய புதிய விடுதலைச் சிந்தனையாளர்களைப் பெற்றதுண்டு, ஆனால் சிந்தனையாளராகவும் செயல் வீரராகவும் வாழ்ந்த, தமிழக வரலாற்றின் சமுதாய வீரர் அவர் ஒருவரே ஆவர். களத்திலே மாய்ந்த பெருவீரனைப் போல தனது 94 வது வயதில் வீதியில் தன்னுடைய கருத்துப் போரை நிகழ்த்திவிட்டு வீதியிலிருந்தே மருத்துவமனைக்கு மரணத்தை நோக்கிப் பயணமானவர்.

பெரியாரின் தந்தை ஈரோட்டில் கூலித் தொழிலாளியாக வாழ்க்கையைத் தொடங்கி கோடீசுவரரானார். செல்வக் குடும்பத்தில் பிறந்த பெரியார் சிறு வயதிலே சிந்தனையாளர்களுக்குரிய எதிர்ப்புணர்வும், முரட்டுத்தனமும் மிகுந்தவராக இருந்தார். எனவே 13 வயதிற்குள் அவரது பள்ளிப் படிப்பு நின்று போனது வியப்பான செய்தியல்ல. 37 வயதில் ஈரோடு நகரசபைத் தலைவரானார். அக்காலத்தில் சேலம் நகரசபைத் தலைவராக இருந்த ராஜாஜியால் காங்கிரசுக் கட்சிக்கு கொண்டு வரப்பட்டார். அக்காலத்தில் (1917) காங்கிரசில் பார்ப்பனரல்லாத பெருந்தலைவர்களாக இருந்த திரு.வி.க. (முதலியார்), பி.பி.வரதராசுலு (நாயுடு) ஆகியோரோடு மற்றுமோர் பார்ப்பனரல்லாதோர் தலைவரானார். திராவிட இயக்க மூவர்களில் ஒருவரான டாக்டர் டி.எம். நாயர் தன்னுடைய புகழ் பெற்ற ஸ்பர்டாங் பேருரையில் (1919) 'ஈரோடு இராமசாமி நாயக்கர் போன்றோர்கள் காங்கிரசை விட்டு வெளியேறி வர வேண்டும்' என்று இவரை அடையாளம் கண்டு அழைப்பு விடுத்தார். காங்கிரஸ் என்ற அரசியல் நிறுவனத்திற்குள்ளும் பெரியாரின் சிந்தனைகள் சமூகச் சீர்திருத்தத்தையே சுற்றி வந்தன. 1924-இல் பெரியார் தமிழ்நாடு கதர் வாரியத்தின் (Board) தலைவரும் ஆனார். எடுத்துக்கொண்ட பணியினைத் தூங்காது செய்யும் ஊக்கமும் சிக்கனமும் எளிமையும் தைரியமும் கறை படியாத கரங்களும் பெரியாரின் சிறப்பியல்புகளாகும்.

தமிழ்நாட்டுப் பார்ப்பனர்கள் காங்கிரசு இயக்கத்தைத் தங்கள் பிடிக்குள் கொண்டு வந்து பாதுகாத்துக் கொள்வதை அவர் கண்கூடாகக் கண்டார். வ.உ.சிதம்பரம் (பிள்ளை) போன்ற மூத்த காங்கிரசு விடுதலை வீரர்கள் காங்கிரசால் புறக்கணிக்கப்பட்டதைக் கண்டார். காந்தியின் தலைமை காங்கிரசை சனாதன தர்மநெறிக்கு மாற்றுவதையும் அவரால் கண்டுணர முடிந்தது. 1920 முதலாக 1925 வரை காங்கிரசின் எல்லா அரங்குகளிலும் வகுப்புவாரிப் பிரதிநிதித்துவத்துக்காகத் தொடர்ந்து குரல் கொடுத்துக் கொண்டே இருந்தார். காங்கிரசு இயக்கம் பெரியாரைக் கொள்ளவும் முடியாமல் தள்ளவும் முடியாமல் தத்தளித்தது.

1925-ல் காஞ்சிபுரத்தில் காங்கிரசு அரசியல் மாநாடு கூடியது. மாநாட்டின் தலைவர் திரு.வி.க. வழக்கம்போல் பெரியார் இந்த மாநாட்டிலும் எல்லா அரசியல் அரங்குகளிலும் வகுப்புவாரிப் பிரதிநிதித்துவம் வேண்டும் என்று தீர்மானம் கொண்டு வந்தார். அற்பமான சில விதிமுறைகளைக் காட்டி பெரியாரின் தீர்மானத்தைத் தலைவர் திரு.வி.க. தள்ளுபடி செய்தார். திரு.வி.க.வை முன் நிறுத்திய காங்கிரசு பார்ப்பன ஆதிக்கச் சக்திகளைப் பெரியார் சரியாகவே புரிந்து கொண்டார். அந்த மாநாட்டிலேயே, ‘காங்கிரசை ஒழிப்பதுதான் இனி என் வேலை’, என்று வெளிப்படையாகச் சொல்லி விட்டு வெளியேறினார். அப்போதும்கூட காந்தியைப் பெரியார் எதிர்க்கவில்லை. 1928-இல் காந்தி தமிழ் நாட்டிற்கு வருகை தந்தார். அப்போது அவர் வெளிப்படையாகப் பார்ப்பனர்களையும் சனாதன தர்மத்தையும் ஆதரித்துப் பேசினார். இப்பேச்சு பெரியாரை மிகுந்த ஏமாற்றமடையச் செய்தது. இந்தக் காலக்கட்டத்தில் பெரியாரோடு நெருங்கிப் பழகியவர் தமிழ்நாட்டுப் பொதுவுடைமை இயக்க மூலவரான சிங்காரவேலர் ஆவர். எஸ். இராமநாதனோடு பெரியார் 1931-32-இல் ஐரோப்பிய நாடுகள் முழுவதும் சுற்றினார். அன்றைய இரும்புத் திரை நாடான இரஷ்யாவுக்கும் சென்று வந்தார். ஆனார் பெரியார் இரசியா செல்வதற்கு முன்பே பொதுவுடைமை அறிக்கை, பொதுவுடைமை நூல்கள் முதலியவற்றை தனது குடி அரசு இதழில் மொழி பெயர்த்து வெளியிட்டமை குறிப்பிடத்தக்கதாகும். 1929-ஆம் ஆண்டிலேயே சமதர்மம், நாத்திகக் கருத்துக்களையும் பெரியார் கொண்டிருந்தார். (ஆதாரம், நமது குறிக்கோள்) இரசியப் பயணத்திற்குப் பின் அவரது பொது உடைமைக் கருத்துக்களை மேலும் செழுமைப்படுத்திக் கொண்டார்.

கம்யூனிஸ்ட் கட்சியின் முதல் அறிக்கையைத் (Communist manifesto) தமிழில் வெளியிட்டவர் பெரியாரே. 1933-இல் காங்கிரசு

சோசலிஸ்டுகளான (பிற்காலத்தில் லோகநாயகர் எனப் புகழப்பட்ட) ஜெயப்பிரகாஷ் நாராயணனும், (பிற்காலத்தில் கம்யூனிஸ்ட் தலைவரான) பி.ராமமூர்த்தியும் ஈரோட்டுக்கு வந்து பெரியாரைச் சந்தித்து மீண்டும் காங்கிரசுக்கு வருமாறு அழைக்கின்றார். காங்கிரசு கட்சியைக் காந்தியத்திலிருந்து மீட்டு சோசலிஸ்டுகள் கைப்பற்றி விடலாம் என்பதே அவர்களது திட்டம். 'அது இயலாத செயல்' என்று கூறிப் பெரியார் அவர்களின் அழைப்புக்கு இணங்க மறுத்து விட்டார். பெரியாரின் முடிவே சரியானது என்று காலம் காட்டியது. பெரியார் சொன்னது போலவே நாடு விடுதலை அடைந்ததும் அனைத்திந்திய தொழிற்சங்க காங்கிரசில் (AITUC) கம்யூனிஸ்டுகள் ஆதிக்கம் பெருகி இருந்ததைக் கண்ட, சர்தார் படேல் அதை உடைத்து இந்திய தேசிய தொழிற்சங்கக் காங்கிரஸ் (INTUC) என்ற ஒன்றைத் தொடங்கினார். ஆக மொத்தத்தில் சோசலிஸ்டுகள் ஏமாந்தனர். காங்கிரசார் வெற்றி பெற்றனர்.

1937-இல் ராஜாஜி முதலமைச்சரானவுடன் கட்டாய இந்தியைக் கொண்டு வந்தார். அதை எதிர்த்துப் பெரியார் தொடங்கிய இந்தி எதிர்ப்புப் போராட்டம் பரவலாகப் பொதுமக்கள் ஆதரவைப் பெற்றது. இறுதியாக கட்டாய இந்திக்குரிய அரசாணையை ராஜாஜி திரும்பப் பெற்றார். பெரியார் தாம் நடத்திய இந்த இந்தி எதிர்ப்புப் போராட்டத்திற்கு ஏழு தளபதிகளை நியமித்தார். அவர்களில் ஒருவர் பார்ப்பனர். மற்றொருவர் பெண் ஆவர். தமிழ்நாட்டில் பெண்கள் அதிக அளவில் சிறை சென்ற போராட்டம் இதுவேயாகும்.

1944-இல் சேலத்தில் நீதிக் கட்சியை அண்ணாவின் துணையோடு பெரியார் திராவிடர் கழகமாக மாற்றினார். நீதிக்கட்சித் தலைவர்களான கி.ஆ.பெ.விசுவநாதம், சண்டே அப்சர்வர் பாலசுப்பிரமணியம் ஆகியோர் பெரியாரிடமிருந்து பிரிந்து சென்றனர். அவர்கள் அக்காலக்கட்டத்தில் சென்னை வந்த டாக்டர் அம்பேத்காருக்கு ஒரு வரவேற்பு அளித்தனர். பெரியாருடன் ஒத்துப் போகுமாறு அம்பேத்கார் அவர்களைக் கடிந்துரைத்தார். அதன் பின்னர் பெரியார் திராவிட நாடு பிரிவினைக் கோரிக்கையை முன்வைத்துச் செயலாற்றினார்.

பம்பாய்க்குச் சென்று ஜின்னாவைச் சந்தித்து தன்னுடைய கோரிக்கைக்கு ஆதரவு திரட்ட முயன்றார். 1947-ல் இந்தியா பெற்ற அரசியல் விடுதலையைப் பெரியார் ஏற்றுக் கொள்ளவில்லை. விடுதலை நாளைத் துக்க நாள் என்று அறிக்கை வெளியிட்டார். அவரது அறிக்கை சனாதன தர்மத்தின் ஆதரவாளர்களுக்கு அதிர்ச்சியாக அமைந்தது. 'கிடைத்துள்ள விடுதலை சனாதன தர்மத்தைப்

பாதுகாக்கவே செய்யும்', என்பது அவரது கருத்து. ராஜாஜி சென்னை முதலமைச்சரான போது வகுப்புவாரி பிரதிநிதித்துவ ஆணை (1924 முதலே) தமிழ்நாட்டில் நடைமுறையில் இருந்தது. பின்னர் புதிய அரசியல் சட்டப்படி அது நீதிமன்றத்தால் நிராகரிக்கப்பட்டது. இதை எதிர்த்துப் பெரியார் போராட்டத்தைத் தொடங்கியதன் விளைவாக இந்திய அரசியல் சட்டத்தில் முதல் திருத்தம் (1951) கொண்டு வரப்பட்டது. அதன்படி பிற்படுத்தப்பட்டவர்களுக்கான சலுகைகளை மாநில அரசு வழங்கலாம் என்ற அனுமதியை அரசியல் சட்டம் மாநில அரசுகளுக்கு வழங்கியது. இத்திருத்தத்தை வட இந்திய காங்கிரஸ் மேல் சாதி உறுப்பினர்கள் எதிர்த்த போது, பிரதமர் நேரு நாடாளுமன்றத்தில் அவர்களுக்குச் சென்னையில் பெரியார் நடத்தும் போராட்டத்தை நினைவுபடுத்தினார்.

1952-இல் மீண்டும் சென்னை முதலமைச்சரான ராஜாஜி குலக்கல்வித் திட்டத்தைக் கொண்டு வந்தார். இதன் விளைவாக பாரம்பரியச் சாதித் தொழிலிலிருந்து பார்ப்பனரல்லாத சாதியார் மீள முடியாத ஒரு நிலை உருவாகும் என்பதைப் பெரியார் உணர்ந்தார்: போராட்டங்களை அறிவித்தார். மறுபுறத்தில் காங்கிரசில் உள் முரண்பாடுகள் பெரிதாகி ராஜாஜி பதவி விலகினார். அவரைத் தொடர்ந்து முதலமைச்சரான காமராசரைப் பார்ப்பனியத்தின் தாக்குதலிலிருந்து பாதுகாக்கும் அரணாக விளங்கியவர் தந்தை பெரியார். இதன் விளைவாக அடுத்த பதினேழு ஆண்டுக்காலம் காமராசரின் வலிமை காங்கிரசுக்குள் உயர்ந்து கொண்டே போயிற்று. இறுதியாகத் தமிழ்நாட்டு காங்கிரசுக்குள் பார்ப்பனியத்தின் பிடி தளர்ந்து மறைந்தது.

1967 தேர்தலில் ராஜாஜியோடு கூட்டுச் சேர்ந்த காரணத்தால் வெற்றி வாய்ப்பைப் பெற்றிருந்த தி.மு.க.வைப் பெரியார் எதிர்த்தார். அதே ராஜாஜியோடு காமராசர் 1971-இல் தேர்தல் கூட்டுச் சேர்ந்த போது அவரையும் தந்தை பெரியார் எதிர்த்தார். எதிரியை அளந்து அறிந்து போர்த் தந்திரங்களை வகுக்கும் போர் வீரனைப் போல் அவர் வியூகங்களை மாற்றி வந்தார். போர்க்களத்துப் போர் வீரனைப் போலவே அவர் உறவு, பாசம், ஒத்த கருத்தினர் மீது அன்பு ஆகியவற்றை ஒதுக்கிவிட்டுப் போராடினார். எனவே, அவரது சில முடிவுகள் படைத் தலைவரின் கட்டளைகள் போல இருந்தது, தவிர்க்க முடியாததாகி விட்டது.

பார்ப்பன எதிர்ப்புணர்வும் சீர்திருத்த உணர்வும் கொண்ட அறிஞர்களும் செயல் வீரர்களும் இந்தியாவில் பலமுறை தோன்றியுள்ளனர். புத்தர் தொடங்கி பூலே வரை இவர்களது

எண்ணிக்கை ஏராளம். அவர்களில் யாரும் பெறாத வெற்றியைப் பெரியார் மாத்திரமே பெற்றார். அதுவும் தம் வாழ்க்கையிலேயே பெற்றார். அவ்வெற்றிக்கான காரணங்களைப் பின்வருமாறு வரிசையிடலாம்.

1. கடவுள் மறுப்புச் சிந்தனையோடு - நாத்திகத்தோடு - பார்ப்பனிய எதிர்ப்பினை முன் வைத்தவர் வரலாறு முழுமைக்கும் பெரியார் ஒருவரே.

2. எதிரிகள் வீழ்த்தவும் ஏமாற்றவும் முடியாதபடி அவர் தன்னலமற்றவராகவும் கறை படியாத கைகளோடும் வாழ்ந்தார்.

3. நீதிமன்றமாக இருந்தாலும், காங்கிரஸ் தலைவர் காந்தியாராக இருந்தாலும் கொள்கைக்காக யாரையும் நேரடியாக எதிர்க்கும் நெஞ்சுரம் அவரிடம் இருந்தது.

4. தன்னை நாடி வந்த எல்லா அதிகாரப் பதவிகளையும் பெரியார் உதறித் தள்ளினார். பதவியினால் வரும் அதிகாரமும் சுகமும் இந்தியச் சூழலில் நல்ல கொள்கைகளுக்கு எதிரியாய் முடியும் என்பதை அவர் உணர்ந்திருந்தார்.

5. களத்தில் இருக்கும் ஒரு போராளியைப் போல ஒவ்வொரு நிமிடமும் பார்ப்பன ஆதிக்கச் சக்திகளை அளந்து அளந்து தன் எதிர் நடவடிக்கைகளைத் தொடங்கினார். இத்தகைய விழிப்புணர்ச்சி அவரது வாழ்நாள் முழுவதும் அவருக்கு இருந்தது.

6. சிறுவ வயதிலிருந்தே நடைமுறை வாழ்நிலைக்குப் பயன்படாத பள்ளிப் படிப்பை நிராகரித்து இருந்த பெரியார், புத்தகப் படிப்பாலும் சுயசிந்தனையாலும் தன்னுடைய கல்வியையும் கொள்கைகளையும் செழுமைப்படுத்திக் கொண்டேயிருந்தார். வருங்காலத்தில் ஆண் - பெண் உடலுறவு இல்லாமல் சோதனைக் குழாயில் குழந்தைகள் பிறக்கும் என்று 1938 - இல் விஞ்ஞானத்தின் மீது வைத்த நம்பிக்கையால் எழுதினார். அவரே 1943-இல் 'வருங்காலத்தில் கம்பியில்லாத் தந்தி சாதனம் ஒவ்வொருவரின் சட்டைப் பையிலும் இருக்கும்' என எழுதினார்.

7. உடல் தளர்ந்து அவ்வப்போது நோயின் கடுமையால், வலியால் துடித்த போதும் உடற்சுகங்களையோ ஓய்வுகளையோ கருதாது 94 வயது வரை சந்தித் திடல்களில் மக்களைச் சந்தித்து கொள்கைகளைப் பேசிக் கொண்டேயிருந்தார்.

இத்தகைய நீண்ட காலம், அதுவும் மரணத்திற்கு அருகில் நின்றது வரை போர்க்குணத்தோடு உலாவிய தலைவர் இந்தியாவில் வேறு யாரும் இல்லை.

தூங்காமை, கல்வி (பட்டறிவு), துணிவுடைமை அனைத்துக்கும் மேலாகத் தன்னலமின்மை ஆகிய பண்புகள் பெரியாரை மாமனிதராக ஆக்கின.

பார்ப்பனியமும் நிறுவனங்களும்

பார்ப்பனியத்தின் பலமான அம்சங்களில் ஒன்று நிறுவன பலமாகும். இந்த நிறுவன பலம் பழைய காலத்தில் பார்ப்பனர்களுக்கு இரண்டு வகையாக இருந்தது. ஒன்று நிலபுலங்களோடும் சொத்துக்களோடும் இருந்த பெரிய கோயில்கள், மற்றொரு வகை கண்ணுக்குப் புலனாகாத கருத்தியல் நிறுவனமாகும். அதாவது வேதங்கள், சாத்திரங்கள், புராணங்கள் ஆகியனவாகும். அக்காலத்தில் புராணக் கதைகளும் சாத்திரங்களும் பார்ப்பனரல்லாத மக்கள் கூட்டத்தைச் சிந்தனை அளவில் அடிமை ஆக்கின. கோயில்கள் உலகியல் ரீதியாக, அவர்களை நிரந்தர அடிமைகளாக ஆக்கின.

19-ஆம் நூற்றாண்டின் கடைசிப் பகுதிக்குள் கோயில்கள் வலுவற்றுப் போய் விட்டன. பார்ப்பனர்கள் அவைகளை கைவிட்டு விட்டு நகரத்தில் குடியேறினர். இரண்டாவது வகை நிறுவனமான, கருத்தியல் நிறுவனங்களான புராணக் கதைகளும், சாத்திரங்களும் செல்வாக்கிழந்து போயின. ஆதிக்கக் கருத்தியலை நிலைநாட்டிக் கொள்ள பார்ப்பனர்கள் ஒரு புதிய கருவியினைக் கண்டனர். அதைத் தங்களுக்கு மட்டுமேயாக வளைத்துக் கொண்டனர். அதுதான் இந்தியப் பத்திரிகைகளாகும்.

இன்று இந்தியாவில் பெருவாரியாக விற்பனையாகும் நாள் வாரப் பத்திரிகைகள் அனைத்தும் பார்ப்பனரால் நடத்தப்படுவன அல்லது (பார்ப்பனரல்லாதார் நடத்தினாலும்) பார்ப்பன கருத்தாக்கங்களைப் போற்றுவனவே. தமிழ்நாட்டைப் பொறுத்த அளவில் தமிழர் நடத்தும் பத்திரிகைகளில் பார்ப்பனர் ஆதிக்கம் இருப்பதோடு பார்ப்பன எதிர்ப்பு நோக்கில் எந்தச் செய்தியும் வருவதில்லை. அவை விடுதலை, உண்மை, முரசொலி, இனி, தென்மொழி, தமிழ்ச்சிட்டு, தமிழர் கண்ணோட்டம், சிந்தனையாளர்கள், மக்கள் தமிழகம் போன்றவை ஆகும்.

வலிமையும் கூர்மையும் வாய்ந்த பத்திரிகைச் சாதனத்தை எப்படிப் பார்ப்பனர்கள் தமதாக்கிக் கொண்டனர் என்பது தனிக்கதை. கடந்த

நூற்றாண்டின் கடைசிப் பகுதியில் (1875-1890) இந்து மதத்தை மையமாக வைத்துத் தொடங்கப் பெற்ற பத்திரிகைகள் அனைத்தும் பார்ப்பனர்களால் தொடங்கப் பெற்றன. ஆங்கிலப் பத்திரிகை ஒன்றினையும், 'The Hindu', என்ற பெயரிலேயே அவர்கள் தொடங்கினர். ஹிந்து என்ற கோட்பாடே தங்களை அடுத்த நூற்றாண்டில் வாழ வைக்கப் போவதனை அவர்கள் உணர்ந்திருந்தனர். பின்னர் திலகர், காந்தி என்ற இருபெரும் சக்திகளாலும் அவற்றின் செல்வாக்காலும் தேசிய இயக்கப் பத்திரிகைகள் எல்லாமே இந்து என்ற போர்வையில், பார்ப்பனிய நலன்களைக் கவனமாகப் பாதுகாத்துக் கொண்டன.

விடுதலைப் போராட்டத்தின் இறுதிக் கட்டத்தில் தங்களுக்கிருந்த பத்திரிகை பலத்தாலேயே தங்கள் அரசியல் ஆதிக்கத்தைத் தக்க வைத்துக் கொள்ள இன்னொரு நிறுவனத்தையும் பார்ப்பனர்கள் வளர்த்து எடுத்தனர். அதுதான் காஞ்சி சங்கராச்சாரியார் மடம்.

சிருங்கேரி மடத்திற்குக் கும்பகோணத்தில் ஒரு கிளை மடம் இருந்தது. இந்தக் கிளை மடம் கர்நாடகப் போர் நடந்த காலத்தில் காஞ்சிபுரத்திற்குத் தனது இருப்பிடத்தை மாற்றியது. அங்கே முதலில் கம்மாளருக்குச் சொந்தமான காமாட்சியம்மன் கோவிலை இந்த மடத்துக்காரர்கள் பிரிட்டிஷ் அரசை ஏமாற்றித் தமக்குச் சொந்தமாக்கிக் கொண்டனர். பிறகு இதுதான் ஆதிசங்கரர் ஸ்தாபித்த முதல் மடம் என்று கதை கட்டினர். (இதற்கு மேலும் தெளிவான ஆதாரங்களுடன் செய்திகளை அறிய 'காஞ்சிமடம் ஒரு கட்டுக்கதை', என்ற நூலினைப் படிக்கவும். ஆசிரியர் வாரணாசி ராஜகோபால் சர்மா) ஆட்சி அதிகாரத்தில் பார்ப்பனர்களுக்கு இருந்த செல்வாக்கு அதற்குத் துணை செய்தது, சிருங்கேரி மடத்தின் கும்பகோண (காஞ்சிபுர) கிளை மடத்தலைவர் சிக்க உடையார் சுவாமிகள் என்பவர் 15-வது காமகோடி பீடாதிபதியாகவும், ஜகத்குருவாகவும் பெயர் மாற்றப்பட்டார். 1946-இல் இந்த மடத்திற்குக் காந்தியை அழைத்து வந்தார்கள். அதன் பிறகு இன்று வரை இந்தியப் பிரதமர் தொடங்கி அரசியலிலும், பத்திரிகைத் துறையிலும் பிழைக்க விரும்பும் எல்லோருக்கும் காஞ்சி மடம் யாத்திரைத் தலமாக மாற்றப்பட்டது. சங்கராச்சாரி நூற்றாண்டுக்கு பிரதமர், முன்னாள் பிரதமர், தலைமைத் தேர்தல் அதிகாரி, உள்துறை அமைச்சர் வரை வருகின்றனர்.

காலஞ்சென்ற சந்திரசேகரேந்திர சரஸ்வதி என்ற பெயர் கொண்ட சங்கராச்சாரியார் மிகச் சிறந்த படிப்பாளி. அவர் அறுபதாண்டுகளுக்கு மேலாகப் பட்டத்தில் இருந்தார். தமிழ் அறிவுலகமும், இந்திய

இதழியல் உலகமும் உருவாகி வருகின்ற பொழுது, அவர் மிகுந்த புத்திசாலித்தனத்துடன் அதைத் தனக்கென வளைத்துக் கொண்டார். அதன் விளைவாக ஸ்மார்த்தப் பார்ப்பனர்களின் சாதிக்கும் மதத்திற்கும் தலைவரான அவரை ஜகத்குரு (உலகத் தலைவர்) என அச்சு வழி ஊடகங்கள் (தினமணி, The Hindu) ஆரவாரம் செய்து ஏமாளித் தமிழர்களை நம்ப வைத்தன. அவரது பேச்சுக்களை தெய்வத்தின் குரல் என்ற பெயரில் திருநாவுக்கரசு செட்டியாரின் வானதி பதிப்பகம் வெளியிட்டுள்ளது. அந்த நூலில் நாம், நாங்கள், நம்முடைய ஆகிய சொற்களெல்லாம் பார்ப்பனர்களை மட்டுமே குறித்தனவையாகும். தமிழ் வாசகர்கள், நூற்றுக்கு நூறு ஏமாந்து போன இடத்தில் இதுவும் ஒன்றாகும்.

சுருக்கமாகச் சொன்னால் சுமார்த்தப் பார்ப்பனர்களின் ஒரு சிறு பிரிவின் தலைவர் (பார்ப்பன சாதித்தலைவர்களில் ஒருவர்) இந்தியாவின் ஆஸ்தான சாமியாக்கப்பட்டார். வேறு வகையில் சொல்வதானால் இந்திய ஆட்சி அதிகாரத்தில் தமிழ்நாட்டுப் பார்ப்பனர்களின் செல்வாக்கு ஒரு பொய் மடத்தை அதிகார மையமாக்கியது.

பார்ப்பனர்கள் மட்டுமல்ல, ஜெயகாந்தன், வலம்புரி ஜான் போன்ற எழுத்தாளர்கள் கூட சங்கராச்சாரியாரைப் பற்றி எழுதியே தீர வேண்டும். பகுத்தறிவுப் பரம்பரையில் வந்த குங்குமம் போன்ற இதழ்கள் கூட இந்தச் சாமியாரின் படத்தைப் போட்டே ஆக வேண்டும். இந்த உண்மையான அதிகார மையத்தின் பெருமையினை கலைமகள், ஆனந்த விகடன், குமுதம், ஜுனியர் விகடன், இந்தியன் எக்ஸ்பிரஸ், தி ஹிந்து ஆகிய பத்திரிகைகளும் தொடர்ந்து பரப்பி வரும். ஆனால் அதை மறைமுகமாகச் செய்யும். ஒட்டுமொத்த விளைவாகப் பார்ப்பனர் வாசனையே படாத குக்கிராமத்தின் கருப்பசாமி கோவில் திருவிழாப் பத்திரிக்கைகூட 'காஞ்சி ஜகத்குரு அருளாணைப்படி' என்றுதான் அச்சடிக்கப்படுகிறது.

இக்காலத்தில் வலிமையான மக்கள் தொடர்பு சாதனங்களில் சினிமாவும், பத்திரிகையும் அடங்கும். கலை இலக்கியத் துறைகளில் பார்ப்பனர்கள் செல்வாக்கைத் தூக்கிப் பிடிக்க இந்த இரண்டு நிறுவனங்களும் பெருந்துணை செய்கின்றன. இவர்களுக்குச் சினிமா என்றால் பாலச்சந்தர், ஜீவி, மணிரத்தினம், கமலஹாசன், லெட்சுமி இவர்கள் தான் நினைவுக்கு வருவார்கள். சிறுகதை, நாவல், துறை என்றால் கு.ப.ரா. முதல் லா.ச.ரா. வரை ஒரு நீண்ட பட்டியல் ஒப்பிப்பார்கள். பூமணி, பிரபஞ்சன், வண்ணதாசன், பா.செயப்பிரகாசம்,

கந்தர்வன் போன்ற பெயர்களெல்லாம் இவர்களது நினைவுக்கே வருவதில்லை. அதிலே தொட்டுக் கொள்கிற மாதிரி ஏதோ புதுமைப்பித்தன் பெயர் இருக்கும். அரைப் பார்ப்பனர்களான அகிலன், ஜெயகாந்தன் பெயர்கள் கட்டாயம் இருக்கும். சமையல் குறிப்புகள் என்றால் தமிழ்நாட்டில் தெருவுக்கு ஒருவர் மட்டுமே புலால் உண்ணுவதால்! அதை விட்டு விட்டு சைவ சமையல் பற்றித்தான் குறிப்பு இருக்கும். இசை நடனத் துறைகளை இவர்களே கண்டுபிடித்ததால் (?) இவர்களை மீறி வெளியே மதுரை சோமுவும், சேலம் ஜெயலட்சுமியும் பட்டபாடு அவர்கள் கும்பிட்ட கடவுளுக்கே வெளிச்சம். எம்.எஸ்.சுப்புலட்சுமி போன்ற இசை மேதைகளைப் பார்ப்பனர் அல்லாத குலத்தில் பிறந்தவர் என்று இன்று நம்புவார்களா? கல்கியும், ஆனந்த விகடனும் இந்த உண்மையை மறந்தும் கூட வெளிப்படுத்துமா?

ஒரு பார்ப்பனப் பெண் நடன அரங்கு ஏறுகிறாள் என்றால் அந்த நிகழ்ச்சிக்கு கஸ்டம்ஸ் கலெக்டராகவோ, இன்கம்டாக்ஸ் கமிஷனராகவோ அல்லது அரசு செயலாளராகவோ இருக்கிற ஒரு பார்ப்பனர் தலைமை தாங்குவார். சென்னையில் உள்ள ஒரு பார்ப்பன சபாவின் செயலாளரும் ஒரு பார்ப்பன இசைவாணரும் பாராட்டுரை வழங்குவார்கள். சுப்புடு அதைக் கல்கியிலும், ஆனந்த விகடனிலும் பாராட்டி எழுதுவார். பூணூல் போட்டுக் கொண்ட தமிழ்நாட்டு டி.வி. அவரைப் பேட்டி காணும். அந்தப் பெண் தன்னுடைய திறமைக்கு, 'சங்கராச்சாரியாரின் அருளாசிதான் காரணம்', என்று பேட்டியில் சொல்லுவார். இப்போது புரிகிறதா பார்ப்பனியத்தின் நிறுவன பலமும் அவற்றின் ஒருங்கிணைப்பும்.

நான்கைந்து தலைமுறையாக இங்கே இதுதான் தொடர்ந்து நடந்து கொண்டிருக்கிறது. இன்றும் கூட வானொலியில் (மதுரை நிலையம்) தமிழ் ஒலிபரப்பு ஆரம்பிக்கும் காலை வேளையில் எந்தத் தமிழருமே பயன்படுத்தாத சக ஆண்டு பல்குண மாதம், நாள் போன்றவற்றைச் சொல்லி ஆரம்பிப்பதும், திருவள்ளுவர் ஆண்டு, தமிழ் மாதப் பெயர்கள், நாள் ஆகியவற்றைப் புறக்கணிப்பதும் நடந்து கொண்டிருக்கிறது. இது போன்றுதான் தொடர்ந்து நடக்கும் தமிழனுக்குச் சொரணை வரும் வரை.

பார்ப்பனியத்திற்குத் துணைபோகும் பார்ப்பனரல்லாதவர்கள்

'பார்ப்பனியம் எங்கே இருக்கிறது, அது செத்துப் போய்விட்டது', 'பார்ப்பனர்கள் மாறிப் போய்விட்டார்கள்', இப்படியொரு வாதத்தைப்

பார்ப்பனரல்லாத படித்த நண்பர்கள் மத்தியில் அடிக்கடி கேட்கலாம். இவர்கள் இந்த முடிவுக்கு எப்படி வந்தனர்? வேறு எப்படி? வழக்கம் போல பார்ப்பனர்களால் ஏமாற்றப்பட்டுத்தான்.

பூணூல், குடுமி, பஞ்சகச்சம் வைத்துக்கட்டுதல், தீண்டாமை, புலால் உண்ணாமை முதலிய பழக்கங்களை பார்ப்பனர்கள் விட்டுவிட்டார்கள் என்பது உண்மைதான். இவையெல்லாம் பார்ப்பனியத்தின் முகம் மட்டுமே. எவையெல்லாம் பார்ப்பனியத்தின் உயிர் என்பதனைக் கீழ்க்காணுமாறு அடையாளம் கண்டு கொள்ள வேண்டும். ஏனென்றால் பார்ப்பனியம் என்பது வெளி ஆச்சாரம் மட்டுமல்ல. அது கருத்தியல் (Ideology) ஆகும். அது மட்டுமன்று, அது பார்ப்பனரல்லாதார் மீதான ஒடுக்குமுறைக் கருத்தியலும் ஆகும்.

1. பிறவியினால் ஒருவனை மேல், கீழ் என அடையாளம் காணுவது, நினைப்பது, காட்டுவது.

2. கடுமையான உடல் உழைப்புள்ள தொழில்களைத் தாழ்வாக எண்ணுவது, உடல் உழைப்புத் தொழில்களைத் தவிர்ப்பது.

3. ஒவ்வொருவரையும் குலத் தொழிலைச் செய்ய கட்டாயப்படுத்தி அதிலிருந்து வெளியே வராமல் இருக்கச் செய்வது.

4. வெகுஜனப் பத்திரிகைகளில் வரும் பார்ப்பனக் கருத்தாக்கங்களை நம்பி அவற்றினைப் பிரச்சாரம் செய்வது (குறிப்பாக (சங்கராச்சாரியார், அஹிம்சை, கணபதி ஹோமம், இந்து மதம் முதலிய சொற்களில் நம்பிக்கை வைப்பது).

பார்ப்பனியம் நேற்று வரை வேதத்தின் புனிதம், புராணக் கதைகள், சடங்குகள், ஆசாரங்கள் ஆகியவற்றின் மூலம் தனக்கு வேண்டிய கருத்துக்களை மற்றவர்கள் மூளைக்குள் திணித்தது. இன்றும் அதே கருத்தாக்கங்களை மறைமுகமாகப் பத்திரிகைகள் மூலம் மற்றவர்கள் மூளையில் திணித்து வருகிறது.

மேற்குறித்த வகையான கருத்துக்களை அறிந்தே கடைப்பிடித்து வரும். ஏமாறும் தமிழர்களை நாம் பார்ப்பன அடிவருடிகள் என்று அழைப்பதே பொருத்தமானது. இவர்கள் பார்ப்பனியம் என்ற ஒடுக்குமுறைக் கருத்தியலுக்குப் பலியாகிப் போனவர்கள். ஏனென்றால் பார்ப்பனரல்லாதவரான படித்த ஒருவருக்குப் பார்ப்பனியம் ஒரு உளவியல் தடையாக மாறி விடுகிறது. ஒட்டு மொத்தமாக பார்ப்பனரல்லாதாரின் சமூக உளவியல் தடையாகவும்

பார்ப்பனியம் வளர்ந்திருக்கிறது. இனி மேற்குறித்த கருத்துக்களை விரிவாகக் காண்போம்.

நண்பர்கள் மற்றொரு தனி நபரைப் பாராட்டும் போதும் இகழும்போதும் அவரது சாதியையும் சேர்த்துப் பேசுவது சாதாரணமாக உரையாடல்களில் நாம் காணுவதாகும். சாதிப்புத்தி என்ற தொடரைப் பயன்படுத்தும் இவ்வகையான பேச்சுகளில் 'சாதிப் புத்தி' என்பதனை நம் நண்பர்கள் 'பிறவிப் புத்தி' என்றே கொள்கிறார்கள். இந்த மேல்தட்டு மனோபாவம் பார்ப்பனியக் கூறுதான்.

மலம் அள்ளும் கவுண்டரைக் கண்டதுண்டா? வன்னியரைக் கண்டதுண்டா? செட்டியாரைக் கண்டதுண்டா? என்பது போன்ற கேள்விகளை முற்போக்குப் பார்ப்பனர்கள் நயவஞ்சகமாகக் கேட்கிறார்கள். இங்கு ஒரு செட்டியாரோ, வன்னியரோ, கவுண்டரோ, சக்கிலியரோ, பள்ளரோ தங்கள் சாதித் தொழிலை மட்டுமே செய்கிறார்கள் என்பது அச்சாதியின் வெற்றியல்ல. அது வருணாசிரமத்தின் வெற்றியாகும். ஒவ்வொரு சாதிப் பிரிவும் இந்தத் தொழிலைத்தான் செய்ய வேண்டும் என ஏற்பாடு செய்து வைத்த பார்ப்பனியக் கருத்தாக்கத்தின் (வருணாசிரம முறையின்) தாக்கம் இன்னும் வலிமையோடு உள்ளது என்பதுதான் இதன் உண்மையான பொருளாகும்.

ஆயினும், இன்றையப் பொருளாதாரச்சூழலில் பார்ப்பனரல்லாதார் அதிகம் பாதிக்கப்பட்டு வேறு சில தொழில்களில் ஈடுபடுகின்றனர். இன்று செருப்புத் தயாரித்தல், முடி திருத்துதல், அனைத்து வகையான விவசாயத் தொழில்கள், கல்லுடைத்தல், பாரவண்டி இழுத்தல் போன்ற வேலைகளைச் சாதி வேறுபாடில்லாமல் பார்ப்பனரல்லாதார் பார்க்கக்கூடிய நிலை உள்ளது. ஆனால் அதே நேரத்தில் இந்தியாவின் பெரும்பகுதி மக்களின் தொழிலாகிய விவசாயத்தில் கூடப் பார்ப்பனர்கள் இன்னும் ஈடுபடவில்லை. அப்படிப்பட்ட நெருக்கடி அவர்களுக்கு ஏற்படவில்லை என்பதும் கவனிக்கத்தக்கது. ஒவ்வொரு சாதிக்கும் வரையறுக்கப்பட்ட சாதி ஆச்சாரத்தைப் பார்ப்பனியம் நம்மீது திணித்து வைத்திருக்கிறது. ஒடுக்கப்பட்ட சாதியார் மட்டுமே பசு, பன்றி இவற்றின் மாமிசத்தை உண்ணும் வழக்கம் இருந்தது. இன்று இராணுவத்திலும் நட்சத்திர உணவு விடுதிகளிலும் அனைத்துச் சாதியாரும் இவற்றை உண்ணுகிறார்கள். இருப்பினும் பொது இடங்களிலும் இவ்வகை இறைச்சி மட்டும் அல்லாமல் பிறவகை ஆடு, கோழி இறைச்சிகளும் தவிர்க்கப்பட்டு மரக்கறி (சைவ) உணவும்,

மிகப் பெரிய சைவ உணவு விடுதிகளும் மேட்டிமையின் சின்னங்களாகக் கருதப்படுகின்றன.

மணமுறிவும், மறுமணமும், விதவை மறுமணமும் தமிழ்நாட்டு மக்கள் தொகையில் குறைந்தது 60% மக்களால் நேற்று வரை கைக்கொள்ளப்பட்டு வந்தன. இவை பெண் உரிமையின் அடையாளங் களாகும். தன்னுடைய குடும்பத்தில் இவை நடைபெறுவது 'நாகரிகக் குறைவு' அல்லது 'கேவலம்' என்கிற மனப்போக்கு இப்பொழுது பார்ப்பனரல்லாதோரிடையே பெருகி வருகிறது. இவ்வகை உணர்வுடைய நண்பர்களை நாம், 'பார்ப்பனியத்திற்குப் பலியாகிப் போனவர்கள்' என்று கொள்ளுதல் வேண்டும்.

சாதிக்குரிய நல்ல மரபுகளை மறைத்துக் கொள்வது என்று நாம் இதனைத்தான் குறிப்பிடுகின்றோம்.

மருத்துவம், பொறியியல், வேளாண்மை, கணிப்பொறி ஆகிய தொழிற் கல்லூரி படிப்புகளின் மீது பார்ப்பனரல்லாத நடுத்தர வர்க்கம் வெறிகொண்டு அலைகிறது. இதற்கான போலித்தனமான மனப்பாடக் கல்வியைத் தங்கள் பிள்ளைகளின் மீது திணித்துக் கொடுமைப் படுத்துகிறார்கள். இந்தக் கல்வியின் மீது இவர்களுக்கு என்ன இப்படித் திடீர்க்கவர்ச்சி? மிகப் பெரிய பணக்காரன்கூட இந்தப் படிப்பினை நாடிப் போவது ஏன்? இந்தத் தொழில்கள் வாழ்க்கையின் ஏதேனும் ஒரு கட்டத்தில் கருப்புப் பணத்தின் ஊற்றாகவும், அதன் மூலம் அதிகார மையங்களை நெருங்குவதற்கு வாயிலாகவும் அமைந்து விடுகிறது. அதாவது மாதம் இரண்டு இலட்சம் ரூபாய் சம்பாதிக்கும் வியாபாரியை விட மாதம் ரூ.20,000/- சம்பாதிக்கும் டாக்டர் ஒரு மாவட்ட ஆட்சித் தலைவரையோ, அமைச்சரையோ எளிதில் சந்திக்க முடியும். உலக அதிகார மையங்களாகிய அமெரிக்காவிலோ ஜப்பானிலோ எளிதில் தொடர்பு ஏற்படுத்திக் கொள்ள முடியும். இப்போதுள்ள தொழிற் கல்விப் படிப்பின் மீதான போலிக் கவர்ச்சி கருப்புப் பணத்தின் மீதான கவர்ச்சி. இது பொது நல உணர்வோடு பிறந்ததல்ல. உள்நாட்டுத் தொழில் நுட்பத்தோடு இந்தக் கல்வி முறை மாற்றம் பெறும்வரை இது எளிய மக்களுக்குப் பயன்படாது. இருப்பினும் பார்ப்பனர்களுக்கு மாற்றாக இந்தத் துறையில் பார்ப்பனரல்லாதார் நுழைகிறார்கள் என்பதில் மட்டுமே நாம் நிறைவு கொள்ளலாம்.

நேரடியாக அரசு அதிகாரப் பதவிகளை அடைவதில் சிலர் அதிக நாட்டம் கொண்டுள்ளனர். குறிப்பாக காவல்துறை, வனத்துறை, சோதனைப் பணிப் பிரிவுகள் ஆகிய துறைகளில் பணி செய்பவர்கள் தங்கள் பதவிக்குரிய அதிகார வரம்பினை மிக எளிதாக மீறுவது கண்கூடு. தங்களின் பண வருவாயினை விட எசமான், துரை, அய்யா போன்ற சொற்களால் தங்களைப் பிறர் அழைக்க வேண்டும் என்ற உணர்வுடன் பலர் நடந்து வருகின்றனர். அதிகாரம் இங்கே போதையாக மாறிவிடுகிறது. தங்களுக்குப் பிறர் அடிமை செய்வதைப் போலத் தங்களைவிட உயர்ந்த பதவிகளில், நிறைய அதிகாரத்துடன் இருப்பவர்களுக்கு இவர்கள் கூசாமல் அடிமை வேலை செய்யத் தயாராகி விடுவார்கள். ஆக மொத்தத்தில் பணிவு, சட்டம் என்ற பெயரில் சுயமரியாதை உணர்வும் விடுதலை உணர்வும் பார்ப்பனியத்தால் பலியிடப்படுகின்றன.

பார்ப்பனர் அல்லாத படித்தவர்களையும், பார்ப்பனருக்குத் துணை போகச் செய்வதில் பெரும் பங்கு வகிப்பன, வெகுஜனப் பத்திரிகைகளே. இந்தப் பத்திரிகைகளின் சிந்தனைத் தாக்கத்திற்கு இரையாகாத பார்ப்பனரல்லாதாரே இல்லை எனலாம். கல்கி, ஆனந்த விகடன், தினமலர் இவை இலேசாக வாசிப்புப் பழக்கமுடைய பார்ப்பனரல்லாதாரை ஏமாற்றுகின்றன. இதைத் தாண்டி வாசிக்கும் ஆர்வமுடையவர்களை இந்தியா டுடே, மஞ்சரி, கலைமகள், சர்வதேச அறிவாளி 'சோ'வின் துக்ளக், தினமணி ஆகியவை ஏமாற்றும். ஆங்கில வாசிப்புப் பழக்கமுடையவர்களை எக்ஸ்பிரஸ், ஹிந்து ஆகியவை மிக நாகரிகமான நடையில் எழுதி ஏமாற்றும். இவையே அன்றி மிச்சம் இருக்கிற திருப்பணிகளை குங்குமம், சுமங்கலி, வாசுகி, தினத்தந்தி, குமுதம் போன்ற சுத்தத் தமிழர்களின் பத்திரிகைகள் இலாப நோக்கத்திற்காகச் செய்து முடிக்கும்.

'சங்கராச்சாரியார் உலகத்திற்கே வழிகாட்டக்கூடியவர்', 'எல்லோரும் சாதியை மறந்து ஒன்றாக இருக்க வேண்டும்', 'ஆங்கில மீடியத்திற்குப் பிள்ளைகளை அனுப்புவது நாகரிகமான விஷயம்' ஆகிய கருத்தாக்கங்கள் மேற்கூறிய பத்திரிகைகளால் மீண்டும் மீண்டும் தமிழர்களின் மூளையில் திணிக்கப்படுகின்றன. இதே மூளைச் சலவை வானொலி, தொலைக்காட்சி, திரைப்படம் ஆகியவற்றால் நாள்தோறும் தொடர்ந்து செய்யப்படுகின்றது. அதன் விளைவாக, தீபாவளிக்குச் சங்கராச்சாரியார் ஏன் தமிழர்களுக்கு ஆசி வழங்க

வேண்டும். வானொலியில் ஏன் ஒரு நாளைக்கு மூன்று மணிநேரம் தெலுங்கிலும் வடமொழியிலும் பாடல் ஒலிபரப்பப்பட வேண்டும்? என்ற கேள்வியை எழுப்பும் சிந்தனைத் திராணியையே தமிழர்கள் இழந்து போய்விடுகிறார்கள். ஜாதிமல்லி என்ற படத்தை பாலசந்தர் (ஐயர்) எடுப்பதன் மூலம் மண்டல் அறிக்கைக்கு மீண்டும் நெருப்பு வைக்கிறார் என்பது இவர்களுக்கு உறைக்கவில்லை.

இப்பொழுது நமக்குத் தெளிவாகப் புரிகிறது. பார்ப்பனியத்தை எதிர்த்துப் போரிட விரும்பும் எவரும்,

1. பார்ப்பனியத்தின் பாதுகாவலராக இருக்கும் பார்ப்பனர்களை எதிர்க்க வேண்டும்.
2. சுயநல காரணங்களுக்காகத் தெரிந்தே பார்ப்பனியத்திற்குத் துணை போகும் பார்ப்பனரல்லாதவர்களை மக்களுக்கு அடையாளம் காட்ட வேண்டும்.
3. அறியாமையால் பார்ப்பனியத்திற்குத் துணை போகின்றவர்களை விமர்சன ரீதியில் தெளிவுபடுத்தி பார்ப்பனியத்திற்கு எதிராக அணி திரட்ட வேண்டும்.

முடிவுரை

இந்தச் சிறிய நூல் பார்ப்பனியத்தின் ஆதிக்க உணர்வினையும் பார்ப்பனிய எதிர்ப்பின் வரலாற்றினையும் ஓரளவு உங்களுக்கு அடையாளம் காட்டியிருக்கிறது. இது சுயமரியாதை உணர்வு கொண்டு சமூக மாற்றத்தை விரும்பும் இளைஞர்களுக்கான முதல் பாட நூல் மட்டுமே ஆகும். விரிவான செய்திகளையும் கருத்துக்களையும் தெரிய விரும்புபவர்கள் முதலில் படிக்க வேண்டியன கால வரிசைப்படி பெரியாரின் அனைத்து எழுத்துக்களையும் பேச்சுக்களையும் ஆகும். பெரியாருக்குப் பின்னர் வந்த திராவிடர் இயக்கம் பற்றி ஆய்வு நூற்களையும் அவசியம் படிக்க வேண்டியதாகும்.

அளவில் சிறிய இந்தப் பாட நூலிலிருந்து நீங்கள் தெரிந்து கொள்ள வேண்டியது இதுதான். பார்ப்பனியத்தோடு நாம் தொடுத்த போர் இன்னும் முடியவில்லை என்பதுதான்.

படிக்க வேண்டிய நூல்களின் பட்டியல்

1. E.SA. Viswanathan, 1983, The Political Career of E.V. Ramasami Naicker.

2. Eugene F Irschick, 1986, Tamil Revivalism in 1930'S, Madras : 'Cre-A'.
3. மார்க்ஸ், அ.1999, 'இந்துத்துவம் - ஒரு பன்முக ஆய்வு', சென்னை, அடையாளம்.
4. எஸ்.வி. ராஜதுரை, 1996, 'பெரியார்: சுயமரியாதை சமதர்மம்', கோவை: விடியல் பதிப்பகம்.
5. எஸ்.வி.ராஜதுரை, 1998,'பெரியார்: ஆகஸ்ட் 15', கோவை: விடியல் பதிப்பகம்.
6. டி.எஸ்.சொக்கலிங்கம், 1957:1945 தமிழர் புரட்சி, சென்னை: ஜனயுகம் காரியாலயம்.
7. அ.மார்க்ஸ், 1999, அதிகரித்து வரும் இந்துத்துவ அபாயம், புதுக்கோட்டை: மக்கள் கல்வி இயக்கம்.
8. ஞா.ஸ்டீபன், 1999, பண்பாட்டு வேர்களைத் தேடி (தொ), பாளையங்கோட்டை: நாட்டார் வழக்காற்றியல் ஆய்வு மையம்.
9. M.D.Gopalakrishnan 1991, Periyar: Father of the Tamil Race, Madras: EMERALD.
10. எஸ்.வி.ராஜதுரை, இந்து, இந்தி, இந்தியா, சென்னை: மணிவாசகர் பதிப்பகம்.
11. Politics and Nationalist Awakening in South India, 1852-1891, The University of Arizona Press, U.S.A. 1974.
12. Nambi Arooran K., 1980, Tamil Renaissance and Dravidian Nationalism 1905-1944, Madurai: Koodal Publishers.
13. N.Subramaniam, 19 Brahmins in the Tamil Country, Madurai.
14. Eugene F.Irschick, 1969, 'Politics and Social Conflict in South India', Berkely: University of California Press.
15. N.K. Mangala Murugesan, Self-Respect: Movement in Tamilnadu 10/920-40, Madurai: Koodal Publishers.
16. கி.வீரமணி, சங்கராச்சாரியார்?, சென்னை: திராவிடர் கழகம்.
17. S.Saraswathi, 1994, "Towards Self-Respect Periyar on a New world".

18. விடுதலை ராசேந்திரன், 1983, RSS ஒரு அபாயம் (இரண்டாம் பதிப்பு), சென்னை: திராவிடர் கழக வெளியீடு.
19. அ.வெங்கடாசல நாயகர், 1993, பார்ப்பனரும் வேளாளரும் பறித்துக் கொண்ட வன்னியரின் மன்னவேடு ஊர்கள், சென்னை: மார்க்சிய பெரியார் பொது உடைமைக் கட்சி.
20. வே. ஆனைமுத்து, 1974, பெரியார், ஈ.வெ.ரா. சிந்தைகள் (மூன்று தொகுதிகள்), திருச்சி: சிந்தனையாளர் கழகம்.
21. 1977, தஷிணாம்நாய பீடம் - சிருங்கேரியா காஞ்சியா?, மதுரை: அனைத்திந்திய பகவத் பாத சிஷ்யர்கள் சபை.
22. வாரணாசி ராஜகோபால் சர்மா, 1989: காஞ்சி காமகோடி மடம் ஒரு கட்டுக் கதை, மதுரை; சத்ய மேவ ஜயதே பிரசுரம்.
23. குடுமியான்மலை சங்கரன், 1989, காஞ்சிமடத்து ஆச்சாரியார்கள் வரலாறு, மதுரை: சத்ய மேவ ஜயதே பப்ளிகேஷன்ஸ்.

இந்திய தேசிய உருவாக்கத்தில் பார்ப்பனியத்தின் பங்கு

பதினெட்டாம் நூற்றாண்டின் நடுப்பகுதி முதலாகக் கிழக்கிந்தியக் கம்பெனியின் படைகள் தமிழ்நாட்டின் தென்கோடிப் பகுதி வரை எவ்விதப் பேரெதிர்ப்புமின்றி ஊடுருவிச் சென்றன. எனவே பதினெட்டாம் நூற்றாண்டின் இறுதியில் ஏறத்தாழத் தமிழ்நாடு முழுவதும் அப்படைகளின் கையில் வந்துவிட்டது. 1752 இல் தொடங்கி 1799க்குள் அவர்கள் தமிழ்நாட்டின் நிலவரி வசூலை முழுவதுமாகத் தமதாக்கிக் கொண்டனர். இதன் இறுதிக் கட்டமாகத் தென்தமிழ்நாட்டின் 1799இல் வீரபாண்டியக் கட்டபொம்மனும், 1801இல் மருது சகோதரர்களும் தூக்கிலிடப்பட்டனர். இதன் பின்னர் நீதித்துறையும் இராணுவமும் சார்ந்த ஒரு முழுமையான அரசாங்கத்தை உருவாக்கும் முயற்சியில் காலனி அரசாங்கம் ஈடுபட்டது.

வங்காளம் உள்ளிட்ட கிழக்கிந்தியப் பகுதிகளில் அரசாங்கத்தை உருவாக்கிய முன் அனுபவம் காலனி அரசுக்கு இருந்தது. வங்காளத்தில் நீதித்துறையை ஒழுங்குபடுத்தும் முயற்சியில் சர்.வில்லியம் ஜோன்ஸ் ஈடுபட்டார். உள்நாட்டு நீதிமுறைகளை அவர் தொகுத்துத் திரட்டி அதற்கு இந்து சட்டம் (Hindu Law) எனப் பெயரிட்டார். கிறித்தவரல்லாத, இசுலாமியரல்லாத பெருந்திரளான மக்களைக் குறிக்க ஐரோப்பியர் வழங்கிய 'இந்து' என்னும் சொல் முதன்முதலாக அதிகார அங்கீகாரம் பெற்றது. அப்போதுதான் 1801இல் திருப்பத்தூரில் தூக்கிலிடப்பட்ட பெரியமருது தன்னுடைய மரணவாக்குமூலத்தில் கம்பெனி அதிகாரிகளுக்கு வைத்த கோரிக்கைகளில் ஒன்று, 'நான் கோயில்களுக்கும் அறநிலையங்களுக்கும் வழங்கிய சொத்துக்களைக் கம்பெனியார் பறிக்கக் கூடாது' என்பதுதான் அது. ஆட்சிஅதிகாரத்தைத் தக்கவைக்க முயன்று கொண்டிருந்த கம்பெனி அரசு இந்தக் கோரிக்கையை அப்படியே ஏற்றுக் கொண்டது. அத்துடன் உள்நாட்டு மக்களின் மத உணர்வுகளைச் சீண்டிவிடக் கூடாது என்பதில் அது முன்எச்சரிக்கை உணர்வுடன் 1817 வரை நடந்து கொண்டது. இந்த காலப் பகுதியினை அரசு ஆவணங்கள் நடுநிலைக் காலம் (Period of Nuturality) என்று குறிப்பிடுகின்றன. இக்காலத்தில் கம்பெனி அரசாங்கம் கோயில் நிலங்களுக்குரிய

வரியினை மட்டும் பெற்றுக் கொண்டிருந்த மாவட்ட ஆட்சித் தலைவர்கள், கோயில் நிர்வாகத்தில் சிக்கல் ஏற்பட்ட போதெல்லாம் வருவாய் ஆணையத்தின் (Board of Revenue) ஆணையைப் பெற்றே நடவடிக்கை எடுத்தனர்.

வடஇந்தியாவை விட பார்க்கத் தமிழ்நாட்டில் பெருங்கோயில்களும் மடங்களும் எண்ணிக்கையில் மிகுதி. விளை நிலங்களில் 90% இவற்றுக்கு உரியதாகவே இருந்தன. இக்கோயில்கள் அனைத்தும் பார்ப்பனர்களின் முழுமையான கட்டுப்பாட்டில் இயங்கி வந்தன (விதிவிலக்காகச் சில மடங்களும், விளைநிலங்களும் வேளாளர் கையில் இருந்தன). சொத்துடைமை நிறுவனமான கோயில் வழியாகப் பார்ப்பனர்கள் பெருந்திரளான மக்களின்மீது தங்களின் அதிகாரத்தைச் செலுத்த முடிந்தது. கோயிற்பணியாளர் வரிசையிலும் இசைக்காரர், கொத்தர், தச்சர் தவிர அருச்சகர், பரிசாரகர், மடைப்பள்ளியார், ஸ்தலத்தார் என்று பார்ப்பனர்களே எண்ணிக்கையிலும் மிகுதியாக இருந்தனர். எனவே அரசு என்னும் நிறுவனத்துடன் தொடர் கொள்ளப் பார்ப்பனர்களுக்கு மட்டுமே வாய்ப்பிருந்தது. பெருந்திரளான மக்களின் கையில் இருந்த ஒரே நிறுவனம் உள்ளூர்ச் சாதிக்குழு (Local Caste Assembly) மட்டுமே. சொத்துடைமையற்ற இந்தக் குழுக்களுக்கு வேறு வலிமை ஏதும் இல்லை. இவை வட்டார அளவில் சடங்குகளால் பிணைக்கப்பட்டவை மட்டுமே. இந்தப் பின்னணியில்தான் 1817இல் காலனி அரசு கோயில்களையும் மடங்களையும் ஒழுங்குபடுத்தும் (Regulations VII of 1817) சட்டத்தைக் கொண்டு வந்தது.

1830-களில்தான் பத்திரிகைகள், பொதுக்கல்விப் பள்ளிகள் என்னும் புதிய சமூக நிறுவனங்கள் தமிழ்நாட்டில் அறிமுகமாயின. அதற்கு முன்னர் ஐரோப்பிய மிஷனரிகள் தங்கள் முயற்சியில் சிறிய அளவிலான கல்வி முயற்சிகளைச் செய்திருந்தனர். சென்னையை அடுத்து தென்தமிழ்நாட்டின் திருநெல்வேலிப் பகுதியில் ஒடுக்கப்பட்ட மக்கள் கணிசமான அளவு கிறித்துவத்தைத் தழுவியிருந்தனர். எனவே மேல் சாதியினரின் நடுவில் அரசதிகாரம் பிற மதத்தினரின் கையில் இருப்பது ஓரளவு உணரப்பட்டது. மறுதலையாக சில மிஷனரிகள் முயற்சியால், கிறித்துவர்களாக மாறிய தாழ்த்தப்பட்ட மக்களை பழைய வழக்கப்படி ஊர்க்கோயில் திருவிழாக்களில் ஊழியம் செய்ய மேல்சாதியார் கட்டாயப்படுத்தக் கூடாது என்று அரசு ஒரு ஆணை வெளியிட்டது. இதனைப் பொறுக்கவியலாத மேல்சாதியார் அரசு தங்கள் மத வழக்கங்களில் தலையிடுவதாகக் குற்றஞ்சாட்டினர். காலனி ஆட்சிக்கான தங்கள் முதல் எதிர்ப்பை மேல்சாதியார் இவ்வாறு சாதி

சார்ந்தும் மதம் சார்ந்துமே பதிவு செய்தனர். ஏனென்றால் மரபு வழிச் சமூகத்தில் சாதியும் மதமும் (குறிப்பாகப் பார்ப்பனர்களுக்கு) நாணயத்தின் இரண்டு பக்கங்களைப் போல் பிரிக்க முடியாதபடி அமைந்திருந்தன. 1834இல் சென்னைப் பல்கலைக்கழகத்தின் முன்னோடியாகத் தொடங்கிய சென்னை உயர்நிலைப் பள்ளியில் 1855 வரை தாழ்த்தப்பட்ட வகுப்பினருக்கு அனுமதி இல்லை. 1851இல் தாழ்த்தப்பட்ட வகுப்பினரை அனுமதித்ததால் பல்கலைக்கழக மேலாண்மைக் குழுவிலிருந்து ஒரு 'இந்து' உறுப்பினர் பதவி விலகினார். 1855 வரை இந்தப் பள்ளியிலிருந்து தகுதி காண் பட்டயம் (Proficiency Degree) பெற்ற 36 பேரில் 20 பேர் பார்ப்பனர்களே என்றும்; 1859இல் ஆங்கிலேய அரசு முதன்முறையாகத் தேர்ந்தெடுத்த துணை ஆட்சியர் (Deputy Collector) 40 பேரில் இந்தப் பள்ளியில் பயின்ற பார்ப்பனர்களே பெருந் தொகையினர் என்றும் ஆர்.சுந்தரலிங்கம் எடுத்துக் காட்டுகிறார்.

மேற்குறித்த நிகழ்வுகளில் இருந்து நாம் பெறக்கூடிய செய்தி ஒன்றுண்டு. அதுவரை பார்ப்பனர்கள் மட்டுமே பெற்று வந்த வேதக்கல்வியும் வடமொழிக் கல்வியும் தம் அதிகாரத் தகுதியை இழந்துவிட்டன. சமூக அதிகாரம் சார்ந்த கல்வி என்பது ஆங்கிலக் கல்வியாக மாறிவிட்டது. அது பொதுக்கல்வியாக இருந்தபோதும் மக்கள் திரளில் சிறுபான்மையினராக இருந்த பார்ப்பனர்கள் புதிய அதிகாரத்தைத் தேடி ஆங்கிலக் கல்விக்குள் முதலில் நுழைந்து கொண்டனர்.

தேசம், தேசியம், இந்து, இந்திய நாகரிகம், திராவிடம் முதலிய கருத்தாக்கங்கள் அக்காலத்தில் முழுமையாக உருப்பெறவில்லை. 1866இல் வங்கத்தைச் சேர்ந்த கேசவசந்திரசென் பிரம்மசமாஜத்தின் பிரதிநிதியாக தமிழ்நாட்டில் சுற்றுப்பயணம் செய்கின்றார். ஆங்கிலக் கல்வி கற்ற பார்ப்பனர்கள் அவரால் மீட்கப்படுகின்றனர். பிரம்ம சமாஜத்தின் கருத்துக்கள் மொழி எல்லைகளைத் தாண்டி இந்திய ஆன்மிகத்தை உருவாக்கும் என்பதை அவர்கள் கண்டு கொண்டனர். பார்ப்பன, பௌராணிக மரபுகளால் கொண்டாடப்பட்ட 'பரத கண்டத்தின்' உயிர்ப்பை மீட்டெடுக்கும் என அவர்கள் நம்பினர். இந்தக் காலகட்டம் தொடங்கி பிற்படுத்தப்பட்ட மக்கள் திரள் இதற்கு வெளியில் தங்கள் சாதி அடையாளத்தைத் தேடத் தொடங்கினர். இதனை சாதியப் பத்திரிகைகளின் தொடக்கக் காலம் எனலாம்.

மொழி எல்லைகளைக் கடந்த தேசியம் என்ற கருத்தாக்கம் பார்ப்பனர்களுக்கு ஏற்புடையதாக இருந்ததால் 1880இல் பி.சிவசாமி அய்யரும், அனந்தாச்சார்லு என்பவரும் சேர்ந்து 'மெட்ராஸ் மகாஜன சபா' என்ற அமைப்பினைத் தொடங்கினர். இதுவே தமிழ்நாட்டில் இந்திய தேசியம் பேசிய முதல் அமைப்பாகும். இந்த அமைப்பின் முன்னணித் தலைவர்களில் சேலம் இராமசாமி முதலியார் தவிர எஞ்சிய அனைவரும் பார்ப்பனர்கள். 1884இல் இவர்கள் சென்னையில் தங்கள் அமைப்பின் முதல் மாநாட்டைக் கூட்டினர். காலனிய அரசுக்கு இந்திய தேசியம் என்ற கருத்தாக்கம் அன்றைக்குத் தேவையாக இருந்தது. 1881இல் பணி ஓய்வு பெற்ற ஃகியூம் (Hume) என்ற ஐசிஎஸ் அதிகாரி இவர்களோடு (சில கருத்து வேறுபாடுகளுடன்) இணைந்து வேலை செய்ய முன்வந்தார். அதன் விளைவாக 1884இல் புனா நகரில் நடந்த காங்கிரஸ் மாநாட்டிற்கு 8 பேர் சென்றனர். இவர்களில் 6 பேர் பார்ப்பனர்கள். 1881இல் பிரம்மஞான சபை நிறுவிய கர்னல் ஆல்காட்டும், பிளாவட்ஸ்கி அம்மையாரும் சென்னை வந்தனர்.

ஆரிய நாகரிகமும் வடமொழி வேதங்களும் உலகிற்கே வழிகாட்டும் என்பது அவர்களது கருத்தாகும். அழைப்பின் பேரில் அப்பொழுது கிறித்துவம் கணிசமாகப் பரவியிருந்த திருநெல்வேலிக்கு அவர்கள் சென்றனர். திருநெல்வேலி நெல்லையப்பர் கோவிலில் பூரண கும்ப மரியாதையும், வரவேற்பும் அவர்களுக்கு அளிக்கப்பட்டது. கோயில் வளாகத்தில் அவர்கள் இருவரும் கூட்டம் ஒன்றிலும் பேசினர். "மலை மீது கட்டப்பட்ட கோட்டை போல இந்திய நாகரிகம் என்பது வேதங்களின் மீதும் புனித நூல்களின் மீதும் கால் கொண்டு நிற்கின்றன." (An Indian Civilization resting upon the vedas and other National Works is like a strong castle built upon rocks) என்பது ஆல்காட் வெளியிட்ட கருத்தாகும். ஆரியன் என்ற கருத்தாக்கம், இந்து என்ற கருத்தாக்கம் இரண்டும் உருவாகி வந்த இந்திய தேசியத்திற்குள் புகுந்து கொண்டன. பின்னர் வந்த இந்திய தேசியக் காங்கிரசின் பெரும் தலைவர்களான திலகர், ரானடே, பண்டித மதன் மோகன் மாளவியா, அன்னிபெசன்ட் ஆகியோரும் இதே கருத்தாக்கங்களையே உயர்த்திப் பிடித்தனர். 1927இல் தமிழ்நாட்டில் காந்தியடிகள் வெளிப்படையாகவே வர்ணாசிரம தர்மத்தை ஆதரித்துப் பேசினார். அதுவே பெரியாரை தேசிய இயக்கத்திலிருந்து முற்றிலுமாக வெளியேறச் செய்தது.

இந்திய தேசியத்திற்குள் பார்ப்பனியம் ஊடுருவிய போதெல்லாம் அதற்கான எதிர்ப்பு தமிழ்நாட்டில் இருந்துதான் வந்தது. அயோத்திதாசப் பண்டிதர், மறைமலையடிகள், திராவிட இயக்க மூலவர்கள், பெரியார்

ஈ.வெ.ரா என்று இந்திய தேசியத்திற்கு மாற்றான ஒரு கருத்தியலை முன்வைத்ததில் தமிழ்நாட்டிற்குப் பெரும் பங்குண்டு.

பெரியாரின் போராட்ட உணர்வு, முழுவீச்சினை அடைவதற்கு சற்றுமுன் தமிழ்நாட்டில் நடந்த ஒரு முயற்சியினை இங்கே பதிவு செய்வது நல்லது. 1921இல் தமிழ்நாட்டில் நீதிக்கட்சி ஆட்சிப் பொறுப்பேற்று அறநிலையப் பாதுகாப்பிற்கான சட்ட முன்வரைவு 1924இல் வெளிவந்தது. இந்த சட்டமுன் வரைவில் இருந்த இந்து என்ற சொல்லை தமிழ்நாட்டுச் சைவர்கள் கடுமையாக எதிர்த்தார்கள். 1924ஆம் ஆண்டு டிசம்பர் செந்தமிழ்ச்செல்வி இதழில் பின்னிணைப்பாக இந்த சட்ட முன்வரைவு விமர்சனம் செய்யப்பட்டுள்ளது. 'இந்து' என்று சொல்லப்படும் பிரிவில் சைவம், வைணவம், லிங்காதயம், ஸ்மார்த்தம் என்று பல பிரிவுகள் உள்ளன. எனவே இந்த முன்வரைவு ஒவ்வொரு சமயத்தைப் பற்றியும் தனித்தனியாகக் கணக்கிட வேண்டும். இந்து . என்ற சொல் ஸ்மார்த்தர்களுடையது என்பதே இந்த விமர்சனத்தின் சாரம். அதே இதழில் "ஸ்மார்த்தக் கலப்பால் சிவாலயங்களில் ஏற்படும் இடையூறுகள்" என்று ஒரு கட்டுரையினை வழக்கறிஞரும் தமிழறிஞருமான கா.சு.பிள்ளை எழுதியுள்ளார். சங்கராச்சாரியாரை குருவாகக் கொண்ட ஸ்மார்த்தப் பார்ப்பனர்கள் ஆகம விதிக்குப் புறம்பானவர்கள். ஆகம நெறிக்குட்பட்ட சிவாலயங்களை அவர்கள் கைப்பற்ற முயற்சிக்கிறார்கள் என்று குற்றம் சாட்டுகின்ற கா.சு.பிள்ளை, திருநெல்வேலி சிவாலயத்தில் இந்த முயற்சி தொடங்கியிருப்பதாகவும் குறிப்பிடுகின்றார். கா.சு.பிள்ளையின் முயற்சி தோல்வியடைந்து, 'இந்து அறநிலையம்' என்ற சொல்லே சட்டச் சொல்லாயிற்று. ஆனால் திருநெல்வேலிச் சிவாலயத்தில் ஊடுருவ ஸ்மார்த்தர்கள் செய்யும் முயற்சி 1960களிலும் 70களிலும் தொடர்கிறது. அண்மையில் 2003இல் தான் திருநெல்வேலி சைவர்கள் இப்போதுள்ள சங்கராச்சாரியாரை எதிர்த்து நீதிமன்றத்தில் வழக்குத் தொடர்ந்து, அவரைப் பின்வாங்கச் செய்தனர். ஆனால் 'இந்து' என்ற சொல்தான் இந்திய தேசியத்திற்கு மற்ற மதங்களை நிராகரிக்கும் அடிப்படைக் கருத்தியலாக அமைந்திருக்கிறது என்பதனையும் நாம் மறுக்க இயலாது. இந்தப் போக்கிற்கு ஸ்மார்த்தப் பார்ப்பனர்களே தலைமை தாங்குகின்றனர் என்பதும் நம் கண்முன் அரங்கேறும் உண்மையாகும்.

இந்திய தேசியமும் திராவிட தேசியமும்: உறவுகளும் முரண்களும்

பத்தொன்பதாம் நூற்றாண்டின் நடுப்பகுதியிலிருந்து நமது தமிழ்ச் சமூகத்தில் ஏற்பட்ட அசைவுகளைக் குறித்து தமிழ்நாட்டு, வெளிநாட்டு ஆய்வாளர்கள் சிலர் அண்மைக் காலத்தில் நிறைய எழுதியுள்ளனர். அவர்களுடைய எழுத்துக்கள் பெரும்பாலும் ஒரு குறிப்பிட்ட காலப்பகுதியை அடிப்படையாகக் கொண்டு அமைகின்றன.

ஆர்.சுந்தரலிங்கம் 1852-1891, டி.ஏ.வாஸ்புருக் 1870-1920, கிறிஸ்டோபர் பேக்கர் 1920-1937, யூஜின் இர்ஷிக் 1919-20, 1930கள் (இருநூல்கள்), ஈ.சா.விஸ்வநாதன் 1920-49, கே.நம்பி ஆரூரன் 1905-44 ஆகியோரின் நூல்கள் இந்த வரிசையில் குறிப்பிடத்தக்கவை. இவை தவிர முரசொலி மாறன், எஸ்.சரசுவதி, எஸ்.வி.ராஜதுரை, வ.கீதா, இரா.வேங்கடாசலபதி, கேசவன் ஆகியோரின் நூல்களும், ஆனந்தி, எம்.எஸ்.எஸ்.பாண்டியன், அ.மார்க்ஸ், பொ.வேல்சாமி ஆகியோரின் கட்டுரைகளும் இத்துறையில் குறிப்பிடத்தகுந்த முயற்சிகளாகும். மிக நீண்ட காலப் பகுதியினை ஆய்வுப் பொருளாக எடுத்துக்கொண்டு, 'இந்தியத் தேசியமும் திராவிடத் தேசியமும்' என்ற நூலை குணா எழுதியுள்ளார்.

பத்தொன்பதாம் நூற்றாண்டின் நடுப்பகுதி தொடங்கி பெரியாரின் இறுதிக்காலம் வரையுள்ள தமிழ்நாட்டுச் சமூக அரசியல் வரலாற்றை நான்கைந்து கால கட்டங்களாகப் பகுத்துப் பார்ப்பது, இந்தியத் தேசியத்தின் உருவாக்கம், வளர்ச்சி வாழ்வு இவற்றோடு தமிழ்ச் சமூகம் கொண்ட உறவுகளையும், முரண்களையும் விளக்க ஓரளவு போதுமானதாக அமையும் என நம்பலாம்.

இக்காலப் பகுப்பைப் புரிந்துகொள்ளும் முன் தேவையாக ஆரியன் x தமிழன், ஆரியம் X திராவிடம், இந்து x தமிழர் ஆகிய எதிர்நிலைச் சொற்கள் எந்த எந்தப் பொருளில் காலந்தோறும் ஆளப்பட்டன என்பதைப் புரிந்து கொள்ள வேண்டும்.

'ஆரியன் கண்டாய் தமிழன் கண்டாய்' என்ற திருநாவுக்கரசர் தேவாரத்தில், வடமொழியாளர் X தமிழர் என்ற பொருளில் இது கையாளப்பட்டுள்ளது. 'ஆரியன் என்று தமிழரல்லாத

வடமொழியாளரைக் குறிப்பிடும் சொற்பயன்பாட்டில் இதுவே காலத்தால் மூத்ததாகும். 'பஞ்சதிராவிட' எனத் தென்னாட்டுப் பிராமணர்கள் தங்களை அழைத்துக் கொண்டபோது திராவிடம் என்ற சொல் தமிழ், தெலுங்கு, மலையாளம், கன்னட, துளு நிலப்பகுதிகளைக் குறிக்கிறது. அழகிய மணவாளப் பெருமாள் நாயனாரின் 'ஆச்சார்ய ஹிருதம்' என்ற வைணவ தத்துவ நூலில் (14ஆம் நூற்றாண்டு) 'வேதம் பஹுவிதம்' இதில் ஆரியம் திராவிடம் என்கிற பிரிவு ருகாதி பேதம் போலே என்று திராவிடம் என்ற சொல் தமிழ் மொழியைக் குறித்திருக்கிறது. கடந்த நூற்றாண்டில் கால்டுவெல் திராவிடம் என்ற சொல்லை மொழிக் குடும்பத்தைக் குறிக்கப் பயன்படுத்தினார். ஆனால் அவருக்கு முன்னர் 1847இல் திராவிட தீபிகை என்ற பெயரோடு சென்னையில் ஒரு பத்திரிகை தொடங்கப்பெற்றுள்ளது. குறிப்பாக பின்னர் பஞ்சாபில் பிறந்த ஆரிய சமாஜத்தின் செல்வாக்குக் காரணமாக ஆரியன் என்ற சொல் இந்திய நிலப்பகுதி மக்கள் அனைவரையும் குறிக்கும் சொல்லாகப் பார்ப்பனர்களால் பயன்படுத்தப்பட்டுள்ளது. 'பேரிமய வெற்பு முதல் பெண் குமரி ஈறாகும் ஆரியநாடு' என்பது 1906இல் பாரதி கவிதை.[2] பாரத தேவிக்கு நகரம் காசி. ஆறு கங்கை. மலை இமயம். வேதங்களே வெற்றிமுரசு. தாஜ்மஹாலும் எல்லோராவும் சரப சாஸ்திரியின் கையிலிருக்கும் புல்லாங்குழலும் பாரதிக்கு ஆரிய சம்பத்து. பாரதியின் குருவான திலகர் ஓர் ஆரிய சமாஜி. 1904இல் இந்திய சமூகத்தை (Aryan Nationality) ஆரிய தேசிய இனம் என்றே இந்து ஆங்கில நாளிதழ் எழுதியது.[3]

இந்து, இந்தியா ஆகிய இரண்டு சொற்களும் ஆங்கிலேயரால் அறிமுகப்படுத்தப்பட்ட சொற்களாகும். 1930களில் இந்து என்ற சொல் கிறிஸ்தவர்களும் முஸ்லீம்களும் அல்லாத உள்நாட்டுக்காரர்களைக் குறிக்கும் சொல்லாகக் கருதப்பட்டது. Hindu Literary Society என்ற பெயரில் சென்னையில் தொடங்கப்பெற்ற கல்வி சங்கம் இப்படித்தான் இந்தச் சொல்லை வழங்கியது. பார்ப்பனரல்லாதவர்கள் (தமிழர்கள்) இந்தச் சொல்லை வடமொழி வேதத்தை ஏற்றுக்கொண்ட மக்களைக் குறிக்கும் சொல்லாக அப்பொழுது கருதவில்லை. 1917 (ஜூன் 1ஆம்நாள்) வெளியிடப் பெற்ற திராவிடன் முதல் இதழ் 'பிராமணரல்லாத இதர இந்துக்களுடைய குறைகள்' என்றுதான் எழுதியது.[4]

1898க்குள் இந்து என்ற சொல்லைத் தன் பெயரில் கொண்ட 15 தமிழ் இதழ்கள், (பத்திரிகைகள்) வெளிவந்துள்ளன.[5] இவற்றுள் பெரும்பாலானவை பார்ப்பனர் அல்லாதாராலேயே நடத்தப் பெற்று வந்துள்ளன. 1888 சனவரியில் இந்து ஜன சம்ஸ்காரிணி என்ற இதழ்

'அரசாங்க வேலைகளில் பிராமணர்கள் நிறைந்திருப்பதைச் சுட்டிக்காட்டி அவர்களுக்கு மக்கள் தொகை விகிதப்படியே அரசாங்க வேலைகள் கொடுக்கப்பட வேண்டும் என்று எழுதியிருக்கிறது.[6]

இதே காலப்பகுதியில் திராவிடம் என்ற சொல்லை தன் பெயரில் கொண்ட இதழ்கள் (பத்திரிகைகள்) 13 வெளிவந்துள்ளன.[7] இவை எவற்றிலும் பார்ப்பனர்கள் தொடர்புடையவராகக் காணப்படவில்லை. விதிவிலக்காக திராவிட பாகவதன் 1914 டி.கே.சீனிவாச ஐயங்கார் (வைணவ மாத இதழ்). திராவிட நேசன் 1891 தஞ்சை (சைவம்) மாறாக அயோத்திதாசப் பண்டிதர் தொடங்கிய திராவிடப் பாண்டியன் (1888) இதழ் திராவிட என்ற சொல்லை மொழிக் குடும்பம், நிலப்பகுதி ஆகியவற்றுக்கும் அப்பால் சமூக, அரசியல் தளத்தில் முன் வைத்திருக்கிறது. இந்து என்ற சொல் இந்துத்துவக் கோட்பாடுகளுக்கு முன்னோடியாக மாற்றப்பட்டதை பின்னர் காணலாம். இவரே 1890இல் திராவிட மகாஜன சபையினையும் தோற்றுவிக்கிறார். 'தேசியக் காங்கிரஸ் அல்ல, பார்ப்பனக் காங்கிரஸ்' என்று 1908இல் எழுதியவரும் இவர்தான்.

தமிழ்நாட்டு மக்களின் அமைப்பு ரீதியான முதல் அசைவுக்கு 1852இல் தொடங்கப்பட்ட சென்னை ஜனசங்கத்தினை (Madras Natives Association) அடையாளமாகக் குறிப்பிடலாம். இதற்கு முன்னர் 1830களில் பச்சையப்பன் அறக்கட்டளை நிர்வாகிகள் தொடங்கிய இந்து கல்விச் சங்கம் (Hindu Literary Society) 1840களில் தொடங்கப் பெற்ற சதுர்வேத சித்தாந்த சபை என்னும் அமைப்பு ஆகிய இரண்டினை அறிகிறோம்.[8] சதுர்வேத சித்தாந்தம் என்ற பெயரிலிருந்து இது நேரிடையாகவோ மறைமுகமாகவோ ஒரு பார்ப்பன அமைப்பாக இருந்திருக்க வேண்டும் என்று தெரிகிறது. 1845இல் திருநெல்வேலியில் கிறிஸ்தவர்கள் மீது இந்துக்கள் நடத்திய தாக்குதலுக்கு அரசு ஆவணங்கள் இந்தச் சபையினையே குற்றம் சாட்டுகின்றன என்று சுந்தரலிங்கம் குறிப்பிடுகிறார்.[9]

சென்னை ஜனசங்கம் (MNA) சென்னையிலிருந்த செட்டிகள், நாயுடு, கோமுட்டிச் செட்டி ஆகியோர் ஆதரவுடன் லெட்சுமிநரசு செட்டியால் தொடங்கப்பெற்றதாக ஆய்வாளர்கள் தெரிவிக்கின்றனர். ஆனால் இதில் திருநெல்வேலி சைவ வேளாளரும் வியாபாரியுமான ஜே.ஏ. அப்பாசாமிப் பிள்ளை போன்றோரும் பங்கு பெற்றுள்ளனர். இரண்டாண்டுகளில் இச்சங்கத்தில் அரசியல் விவகாரங்களை முன்னெடுத்துப் போவதா, சமூக சீர்திருத்தத்துக்கு முன்னுரிமை தருவதா

என்பதில் கருத்து வேறுபாடு ஏற்பட்டு பிளவு ஏற்படுகிறது. இதிலிருந்து விலகிய சீனிவாசப் பிள்ளை 'இந்து முன்னேற்றச் சங்கம்' (Hindu Progressive Development Society) என்ற அமைப்பைத் தொடங்குகிறார்.[10] சென்னை ஜனசபையின் கிரசண்ட் இதழுக்குப் போட்டியாக 'உதய சூரியன்' (Rising Sun) என்ற இதழைத் தொடங்குகின்றனர். 1853 முதல் 1863 வரை நடந்த இந்தப் பத்திரிகைக்கு வெங்கட்ராய நாயுடு என்பவர் ஆசிரியர்.[11] பின்னர் ஒரு நூற்றாண்டுக் காலம் இந்திய தேசிய இயக்கத்திற்கும் திராவிட இயக்கத்துக்குமான முரண்பாட்டின் வித்து இங்கேயே தொடங்கிவிட்டதை வரலாற்று மாணவர்கள் எளிதாகவே கண்டு கொள்ள முடிகிறது.

இதன் பின் வங்காளத்தில் பிறந்த கேசவசந்திரசென் பிரம்ம சமாஜத்தின் பிரதிநிதியாக 1866இல் தமிழ்நாட்டில் சுற்றுப் பயணம் செய்கிறார். பிரம்மம் பற்றி விசாரத்தை அவருடன் தமிழ்நாட்டுப் பார்ப்பனர்கள் பகிர்ந்து கொண்டிருக்க வேண்டும். ஏனென்றால் அது அவர்கள் மரபுவழி ஆன்மீகத்தோடு தொடர்புடைய கோட்பாடாகும்.

அதன் பின்னர் 1881இல் கர்னல் ஆல்காட்டும் பிளாவட்ஸ்கி அம்மையாரும் பிரம்மஞானக் கருத்துக்களைப் பரப்பச் சென்னை வந்து, அங்கிருந்து திருநெல்வேலி, தூத்துக்குடி, யாழ்ப்பாணம் ஆகிய இடங்களில் தங்கள் அமைப்புக்கான (Theosophical Society) கிளைகளைத் தொடங்கி வைக்கின்றனர்.[12] ஆரிய மதத்தையும் பிற மதங்களையும் படிப்பதும் பொருள்முதல்வாதத்தை வளரவிடாமல் தடுப்பதும், பிரம்மஞான சபையின் நோக்கங்களாகச் சொல்லப்பட்டன. தேசிய சமஸ்கிருத இயக்கத்தின் (national Sanskrit Movement) பகுதியாக அடையாறு கீழ்த்திசை நூலகம் தொடங்கப்பட்டது.

திருநெல்வேலி நெல்லையப்பர் கோவிலில் கர்னல் ஆல்காட்டும் பிளாவட்ஸ்கி அம்மையாருக்கும் கோயில் சார்பாக வரவேற்பு தரப்பட்டது. ஆல்காட் அமெரிக்கப் பண்டிதர் என்று பெயர் சூட்டப்பட்டார்.[13] சென்னையை அடுத்து திருநெல்வேலியிலும் தூத்துக்குடியிலும்தான் பழமையான கிளைகள் அச்சபைக்கு ஏற்பட்டன. இவர்களுக்கு முன் மனுநீதியை ஆங்கிலத்தில் மொழி பெயர்த்த வில்லியம் ஜோன்ஸ், வடமொழி வல்லுநரான மோனியர் வில்லியம்ஸ் ஆகியோர் பெயர்கள் பலமுறை பேசப்பட்டன. முதல் முறையாக இந்தியா "வேதப் பெருமை உடைய நாடு, இந்திய மதம் என்பது ஆரிய மதம், வடமொழி உயர்வானது" ஆகிய கருத்துக்கள் இந்திய தேசியம் என்பதன் அடிப்படைகளாக உருவாக்கப்பட்டன.

தமிழ்நாட்டில் இவர்களுக்குக் கிடைத்த வரவேற்பினால் 1882 இறுதியில் (டிசம்பர்) பிரம்மஞான சபையின் தலைமையகம் பம்பாயிலிருந்து சென்னைக்கு மாற்றப்பட்டது[14] (மீண்டும் அவர் 1882இல் ஆறு வாரத் தமிழகச் சுற்றுப்பயணம் செய்தார்). சபையின் கொள்கைகளைப் பரப்ப மதுரை, திருச்சி, குண்டூர், பெல்லாரி ஆகிய இடங்களில் சமஸ்கிருதப் பள்ளிகள் தொடங்கப்பட்டன. இதன் சார்பு நிறுவனமாக 10-21 வயது வரை உள்ள இளைஞர்களுக்குப் பயிற்சி அளிப்பதாக (League of Honour) ஆரிய உயர் மதிப்புக் கழகம் என்ற அமைப்பும் தொடங்கப்பட்டது.[15] 1884இல் சென்னையில் பச்சையப்பன் கல்லூரியில் ஆசிரியராக இருந்த சிவசங்கர பாந்தியா (Siva Sankara Pandiah) என்ற குஜராத்திப் பார்ப்பனர் 'இந்து மீட்சிக் கழகம்' (Hindu Revivalistic Society) என்ற அமைப்பையும் 1887இல் (Hindu Track Society) 'இந்து சிறுநூல் வெளியீட்டுக் கழகம்' என்ற அமைப்பையும் தொடங்கினார்.[16]

சிவசங்கர பாந்தியாவைப் பற்றி இங்கு சற்று விரிவாகத் தெரிந்து கொள்ள வேண்டும், சென்னை பச்சையப்பன் கல்லூரியில் ஆசிரியராகப் பணியாற்றியவர் இவர். ஒரு குஜராத்தி பார்ப்பனர். இந்து பத்திரிகை குடும்பத்தைச் சேர்ந்த ஜி.சுப்ரமணி ஐயருக்கும் தெலுங்குப் பார்ப்பனரான அனந்தாச்சார்லுவுக்கும் நெருங்கிய நண்பர். அதன் விளைவாக இந்து தியாலஜிகல் உயர்நிலைப் பள்ளியைத் தொடங்கி அதன் தலைமையாசிரியரானார். சென்னை கிறித்தவக் கல்லூரியில் இந்து கிறிஸ்தவப் பூசலுக்குக் காரணமானார் என்று பச்சையப்பன் கல்லூரியிலிருந்து வெளியேற்றப்பட்டவர். கிறிஸ்தவக் கல்லூரிச் சச்சரவில் இவருக்குத் துணை நின்றவர் அனந்தாச்சார்லு.[17]

சிவசங்கர பாந்தியா தொடங்கிய இந்து சிறுநூல் வெளியீட்டுக் கழகத்தின் வெளியீடுகளிலிருந்து மேலும் சில செய்திகளைத் தெரிந்து கொள்ள முடிகிறது. 1887இல் சென்னையில் இருந்து வெளிவந்த 'ஆரிய ஜன பரிபாலினி' என்ற இதழும், சிதம்பரத்திலிருந்து சீனிவாச சாஸ்திரி என்பவரை ஆசிரியராகக் கொண்டு வெளிவந்த பிரம்ம வித்யா பத்திரிகையும் கிறிஸ்தவர்களோடு திட்டமிட்ட ஒரு போராட்டத்தைத் தொடங்கி இருக்கின்றன. வேதாந்த விசாரணை சபை என்ற பெயரிலும் இவர்கள் சில துண்டறிக்கைகளை வெளியிட்டிருக்கின்றனர்.

ஐரோப்பிய வடமொழி அறிஞரான மோனியார் வில்லியம்ஸூம் (Moniar Williams) 1797இல் மனுநீதியை மொழிபெயர்த்த சர் வில்லியம்

ஜோன்சும் - (Sir William Jones) இந்த இந்துவாதிகளால் புகழப்படுகின்றனர். 21 பாஷைகளில் வல்லவரான சர் வில்லியம் ஜோன்ஸ் என்பதாக இவர் பெயர் பத்திரிகைகளில் குறிப்பிடப்படுகிறது. இந்து ஜெயபேரிகை என்ற பெயரில் 4 நூல்கள் இந்த சபையினரால் வெளியிடப் பட்டிருக்கின்றன. ஆரிய பெண்களுக்கு கல்வி, கிறிஸ்தவர் மத திரியோகத்துவ ஆபாசம், பைபிளும் உலக சிருஷ்டியின் ஆபாசமும், பாதிரிமார் ஸ்கூல்களில் பெண்கள் படிக்கலாமா என்பன இவர்கள் வெளியிட்ட சில நூல்களின் தலைப்புகள்.[18]

யாழ்ப்பாணம் நல்லூர் ஆறுமுக நாவலரின் மாணவரான காசிவாசி செந்தி நாதய்யர் என்ற சைவரும் சபையினரின் பிடியில் அகப்பட்டு இருக்கிறார். விவிலிய குத்சிதம், விவிலிய குத்சித கண்டன திக்காரம் ஆகிய இரு நூல்களும் அவரால் எழுதப்பட்டு அக்கழகத்தவரால் வெளியிடப்பட்டிருக்கின்றன. இயேசு கிறிஸ்துவும் கடவுளா? என்ற சிறுநூல் 15 ஆயிரம் பிரதிகள் விற்பனையாகி மறுபதிப்புச் செய்யப்பட்டிருக்கின்றது. ஆரிய மதம், ஆரிய தேசம், ஆரிய மதாபிமானி என்ற சொல்லாடல்கள் மிகச் சரளமாகப் பயன்படுத்தப்பட்டுள்ளன. ஆர்.எஸ்.எஸ் என்னும் மதவாத அமைப்புக்கு முன்னோடி அமைப்பினைப் போல் செயல்பட்ட இந்தக் கழகம், இந்துத்துவம் என்ற கோட்பாட்டையே இந்திய தேசியம் என்ற பெயரில் தமிழ்நாட்டில் வெற்றிகரமாக பரப்பியிருக்கிறது. இந்தக் கழகத்தின் வெளியீடுகளுக்கு எதிராக நெல்லை மாவட்ட புராட்டஸ்டண்டு கிறிஸ்துவர்கள், உண்மை தேடுவார் கழகம் (Truth Seekers Society) என்ற பெயரிலும்; அரக்கோணத்தில் இருந்து எஸ்.பி.எஸ். என்ற அமைப்பின் பெயரிலும் சில நூல்களை வெளியிட்டுள்ளனர்.

யாழ்ப்பாணத்தில் இருந்த கத்தோலிக்கக் கிறிஸ்துவத் திருச்சபையாரும் இதே காலத்தில் அங்குள்ள சைவர்களோடு ஒரு தத்துவச் சண்டையினை நிகழ்த்தியிருக்கிறார்கள். யாழ்ப்பாணத்துச் சைவ-கிறித்துவ கருத்து மோதல் இரு தரப்பாலும் கல்வித் துறையின் நாகரிக வரம்புகளுக்குள்ளேயே நடத்தப்பட்டிருக்கிறது. 'இந்து சாதனம்' 'ஞானசித்தி' என்ற சைவ இதழ்களிலும், சத்திய வேத பாதுகாவலன் என்ற கிறித்துவ இதழிலும் இந்தக் கருத்துப் போராட்டம் நிகழ்ந்திருக்கிறது.[19]

ஜி.சுப்பிரமணிய ஐயரும் அனந்தாச்சார்லுவும் சென்னை மகாஜன சபையினைத் தொடங்கியவர்கள் (1884) அதன் சார்பாளர்களாகப் புனேயில் நடந்த முதல் காங்கிரஸ் மாநாட்டில் கலந்து கொண்டவர்கள்.[20] இவர்கள் இருவரையும் சேர்த்து முதல் காங்கிரஸ்

மாநாட்டில் சென்னை மகாஜன சபைப் பிரதிநிதியாகக் கலந்து கொண்ட 8 பேரில் 6 பேர் பார்ப்பனர்.

அனந்தாச்சார்லு, ராவ் பகதூர் பட்டம் பெற்றவர், 1890 கல்கத்தா காங்கிரஸ் மாநாட்டில் கௌரவிக்கப்பட்டவர். இந்து பத்திரிகையின் இயக்குநர்களில் ஒருவர்.[21] சென்னை கிறித்துவக் கல்லூரியில் மதமாற்றம் தொடர்பாக நடந்த கலவரத்தில் நீக்கப்பட்ட இந்து மாணவர்களை மீண்டும் கல்லூரியில் சேர்க்கப் பேச்சுவார்த்தை நடத்தியவர்.

சுருக்கமாகச் சொல்வதானால் தமிழ்நாட்டில் காங்கிரஸ் இயக்கத்தின் தோற்றுவாய் என்பது வேதப் பெருமை, வடமொழி உயர்வு, பார்ப்பனர்கள், பார்ப்பனர்களின் இந்துப் பத்திரிகை ஆகிய அடிப்படைகளிலேயே அமைந்தது.

இதற்கு எதிரிடையான நிகழ்வுகளும் இதே காலத்தில் நிகழ்ந்தன. ஆல்காட்டும் பிளாவட்ஸ்கி அம்மையாரும் திருநெல்வேலியில் பார்ப்பனர்களிடம் பெற்ற ஆதரவு, சைவ வேளாளர்களை எதிரிடையாகச் செயல்பட வைத்தது. 1883இல் தூத்துக்குடிச் சைவ சபையும் 1886இல் பாளையங்கோட்டைச் சைவ சபையும் தொடங்கப் பெற்றன. பிரம்மசமாஜியாக இருந்த மனோன்மணியம் சுந்தரம்பிள்ளை திருவனந்தபுரம் சைவ சபையைத் தொடங்கக் காரணமானவர்களில் ஒருவரானார். திராவிடம் என்ற சொல்லோடு, வடமொழி செத்த மொழி, தமிழ் வாழும் மொழி என்ற கருத்தையும் அவர் முன் வைத்தார்.

தமிழின் மேன்மையை எடுத்துச் சொல்லவும் சைவத்தின் சிறப்பினைப் பேசவும் சி.வை.தாமோதரம் பிள்ளை, கனகசபைப் பிள்ளை, ஜே.எம். நல்லுசாமிப் பிள்ளை, பின்னர் ஞானியார் அடிகள், மறைமலை அடிகள் என 'இந்திய தேசியத்துக்கு' வெளியில் தமிழ் அறிவாளிகள் கூட்டம் ஒன்று தோன்றவும் வளரவும் அவரது முயற்சிகள் ஊன்றுகோலாய் அமைந்தன.

1887 வரை தமிழ்நாட்டில் முசுலீம்கள் காங்கிரஸ் இயக்கத்தின் மீது நம்பிக்கை கொள்ளவில்லை. 1887இல் சென்னை காங்கிரஸ் மாநாட்டு வரவேற்புக் குழுத்தலைவர் ரெங்கைய நாயுடு (இவர் இந்து பத்திரிகை நிறுவனத் தலைவராகவும் சில காலம் இருந்தவர்) முசுலீம்கள் காங்கிரசுக்கு வெளியில் நிற்பதைக் குறிப்பிட்டு வருந்துகிறார்.[22]

பார்ப்பனர், சைவ வேளாளர், இசுலாமியரை அடுத்து தாழ்த்தப்பட்ட வகுப்பினர் இக்கால கட்டத்தில் உயிர்ப்பும் விழிப்பும் உடைய சக்தியாக உருவாயினர்.

1885இல் அயோத்திதாசப் பண்டிதர் திராவிடம் என்ற சொல்லை சமூக அரசியல் தளத்தில் வலிமையாக முன்வைத்துப் பார்ப்பனரல்லாதவர் என்ற அடையாளத்தை உருவாக்கினார். அவரது 'திராவிடப் பாண்டியன்' இதழ் 1891இல் உருவாயிற்று.[23] பண்டிதரின் மைத்துனர் ரெட்டமலை சீனிவாசன் பறையன் என்ற பெயரில் 1893இல் இதழ் ஒன்றைத் தொடங்கினார். இவரே பின்னர் டி.எம். நாயருக்கும், அம்பேத்காருக்கும் உதவியாக நின்றவர். 'தாழ்த்தப்பட்ட மக்களின் விடுதலை தேசிய இயக்கத்திற்கு வெளியே உள்ளது' எனக் கருத்துரைத்தவர். சென்னை பொதுச் சாலைகளில் தாழ்த்தப்பட்டோர் நடப்பதற்கான உரிமையினைப் பெற்று, தன் மனைவியின் கல்லறைக் கல்வெட்டிலும் அதனை இடம் பெறச் செய்தவர்.

இவ்வாறு இருபதாம் நூற்றாண்டின் தொடக்கம் வரை, இந்தியத் தேசியம் என்பது தமிழ்நாட்டில் பெருவாரியான மக்களையும், பார்ப்பனரல்லாத அறிவாளிகளையும் தன்னுள் ஈர்த்துக் கொள்ள இயலாமல் தடுமாறி நிற்பதைப் பார்க்கிறோம்.

இந்திய தேசியம் என அடையாளம் காட்டப்பட்ட மொழி, நிலம், பண்பாடு ஆகியவை தமக்குரியவை அல்ல என எண்ணும் போக்கும், பார்ப்பனர் மீதான நம்பிக்கையின்மையும் தமிழ்நாட்டுப் பார்ப்பனரல்லாத மக்களிடத்திலே படிந்திருந்ததே அதற்குக் காரணமாகும். ஆனால் இந்திய தேசியத்திற்கு மாற்றான ஒரு கருத்தியலை வடித்தெடுப்பதற்கு இருபதாம் நூற்றாண்டின் தொடக்கப் பகுதிவரை அவர்கள் காத்திருக்க வேண்டியதாயிற்று.

இருபதாம் நூற்றாண்டின் தொடக்கத்தில் தமிழ்நாட்டில் இந்திய தேசியத்துக்கு மாற்றான உணர்வுகளுடன் கூடிய, ஒரே தலைவராக அயோத்திதாசப் பண்டிதர் மட்டுமே இருந்தார். ஆனால் ஒரு தேசிய இனத்தை முதலில் அடையாளம் காட்டும் மொழித் துறையில், அறியப்பட்ட அறிவாளிகள் சிலர் இருந்தனர். கனக சபைப்பிள்ளை, சி.வை.தாமோதரம் பிள்ளை, ஜி.யு.போப், உ.வே.சாமிநாதையர் போன்றோர் வேதமல்லா மரபு (Non-vedic Tradition) சார்ந்த தமிழிலக்கியங்களை அச்சிட்டு வெளிப்படுத்தியிருந்தனர்.

இவர்களில் மறைமலையடிகள், ஜே.எம்.நல்லுசாமிப் பிள்ளை போன்ற சைவ அறிஞர்கள் வேதமல்லா மரபு பற்றிய அறிவும் பார்ப்பன எதிர்ப்புணர்ச்சியும் உடையவர்களாக இருந்தனர்.[25]

1908இல் இந்திய தேசிய காங்கிரசைப் பார்ப்பனர் காங்கிரஸ் என்று தன் தமிழன் பத்திரிகையில் எழுதிய அயோத்திதாசப் பண்டிதர் 1909இல், 'பார்ப்பனர் எதிர்ப்பும் வேதங்களின் எதிர்ப்பும்' என்ற தலைப்பில் சென்னையில் கருத்தரங்கம் ஒன்றைத் தலைமையேற்று நடத்தினார்.[26] வடமொழி, வேத எதிர்ப்பு உணர்ச்சியே அவரது பௌத்த மத ஈடுபாட்டிற்குக் காரணம் என்று கருதலாம்.

வேதப்பெருமை, வேதியர் பெருமை, வடமொழி உயர்வு, வருணாசிரமத்தின் சிறப்பு, இந்திய நாகரிகம் போன்ற கருத்தாக்கங்களால் பத்தொன்பதாம் நூற்றாண்டின் பிற்பகுதியில் ஆல்காட்டும் பிளாவட்ஸ்கியும் எதிர்நிலையாகத் தமிழர்களை எழுப்பியதுபோல, இருபதாம் நூற்றாண்டில் அந்தத் திருப்பணிக்கு அன்னிபெசன்ட் (1847-1933) என்ற ஐரிஷ் பெண்மணி வந்து சேர்ந்தார். அவருடைய (Home Rule) 'தன்னாட்சி இயக்க'மும் 'புதிய இந்தியா' (New India) இதழுமே திராவிட இயக்க முன்னோடிகளான டி.எம்.நாயர், பிட்டி தியாகராசர், பி.நடேசன் ஆகியோரை எதிர்மறையாக ஒன்றிணைந்து பணி செய்ய வைத்தன. தென்னிந்திய நல உரிமைச் சங்கத்தின் பேரால் அவர்கள் 'பிராமணரல்லாதவர் வெள்ளை அறிக்கை' (Non-Brahmin Manifesto) வெளியிட்ட மறுநாளே (20-12-1916) அதற்கு மறுப்பும் எதிர்ப்பும் அன்னிபெசன்டின் புதிய இந்தியா இதழில் அவரால் வெளியிடப்பட்டன.[27]

இந்த வெள்ளை அறிக்கையினை வெளியிட்ட இந்து நாளேடு இதனைவிட இந்நேரத்தில் ஒரு தற்கொலை முயற்சி இருக்க முடியாதென்றும் வெளியிட்டவர்களின் உள்நோக்கத்தை வலுப்படுத்தும் என்பதால் இது குறித்து விவாதம் நடத்த விரும்பவில்லை என்றும் எழுதியது. மேலும் இந்த இயக்கம் தொடங்கியதிலிருந்து நேர்மையற்ற போக்கினைக் (Sinister) கைக்கொள்வதாகவும் இது பிராமண சமூகத்தின் நலனுக்கும் தேசிய இயக்கத்துக்கும் காங்கிரசின் நோக்கங்களுக்கும் எதிரானதென்றும் எழுதியது. இந்த அறிக்கையினை மறுத்த குத்தி.பி.கேசவப் பிள்ளையினைப் பாராட்டியும் 'இந்து' எழுதியது.[28]

மூன்றுமாத காலம் உதகமண்டலத்தில் தடுப்புக் காவலில் வைக்கப்பட்ட அன்னிபெசன்ட் அம்மையார் விடுதலையாகி சென்னை வந்தபோது (1917 செப், 14) அவருக்கு 'அரசர்களும் கண்டிராத

வகையில் 5 மைல் நீள ஊர்வலத்துடன்' வரவேற்பு தரப்பட்டதாக இந்து இதழ் குறிப்பிடுகிறது.[29] கோயில் குடை பிடித்து வேத பாராயண முழக்கத்துடன் இந்த ஊர்வலம் நடந்ததாகவும் இந்த ஊர்வலத்தில் பாதியில் சுப்பிரமணி அய்யரும் வந்து கலந்து கொண்டதாகவும்; ஊர்வலம் முடியும் இடத்தில் மற்றொரு பார்ப்பனர் கூட்டம் வேதபாராயணத்துடன் எதிர்கொண்டு வரவேற்றதாகவும் Madras Mail, இதழ் எழுதுகிறது.[30] திராவிட இயக்க முன்னோடியான டாக்டர் டி.எம். நாயர் மீது அவமதிப்பு வழக்குத் தொடர்ந்தார் அன்னிபெசன்ட். ஜஸ்டிஸ் இதழ் அவரை,[31] ஜஸ்டிஸ் கட்சி தோன்றுவதற்குக் கிரியா ஊக்கியாக, தூண்டுகோலாக இருந்தது அன்னிபெசன்ட் துவக்கிய ஹோம் ரூல் இயக்கம்தான்" என்கிறார் யூஜின் இர்ஷிக் என்ற ஆய்வாளர்.[32]

பி.நடேசனார், பிட்டி தியாகராசர், டி.எம்.நாயர் முயற்சியால் நீதிக்கட்சி எழுந்த நேரத்தில் காங்கிரசின் மக்கள் தலைவராக பெரியார், திரு.வி.க., வ.உ.சி., வரதராஜுலு நாயுடு ஆகிய பார்ப்பனரல்லாத தலைவர்கள் இருந்தனர். இவர்களைத் தவிர காங்கிரஸ் இயக்கத்தின் பார்ப்பனத் தலைவர்களாக கஸ்தூரிரங்க ஐய்யங்கார், சீனிவாச ஐய்யங்கார், இராஜாஜி ஆகியோர் இருந்தனர்.[33]

நீதிக்கட்சியின் தோற்றத்தோடு தமிழ்ச் சமூக அசைவுகள் விரைவு பெற்றன எனலாம். இதற்குச் சற்று முன்னும் பின்னுமான காலத்தில் ஒரு தேசிய இனத்தின் முதல் அடையாளமான மொழி பற்றிய தன்னுணர்ச்சி தமிழ்நாட்டில் அரும்பியிருந்தது. பார்ப்பனிய புராண மரபுகளிலிருந்து பெரிதும் தள்ளி நின்ற சங்க இலக்கியங்களின் அறிமுகம், தமிழர்களின் வேதமல்லா மரபினை விளக்கிய கனகசபைப் பிள்ளையின் நூல் (ஆயிரத்தொண்ணூறு ஆண்டுகட்கு முற்பட்ட தமிழகம்) 1904இல் பாண்டித்துரைத் தேவர் தொடங்கிய மதுரைத் தமிழ்ச் சங்கம் ஆகியன இவ்வகையில் குறிப்பிட்ட தமிழ்க் காரணிகளாகும். 1914 மைசூர் பல்கலைக்கழகம் தொடங்கப்படுகிறது.[34] சென்னைப் பல்கலைக்கழகத்தில் பார்ப்பனர் ஆதிக்கமும், பிற திராவிட மொழியாளர் அதில் நிறையப் பங்கு பெற்றிருந்ததும் சேர்ந்து தமிழ்நாட்டின் தென்பகுதியில் தமிழ்ப் பல்கலைக்கழகம் ஒன்று வேண்டும் என்ற உணர்வும் கோரிக்கையும் எழக் காரணமாகின்றன. 1920களில் இக்கோரிக்கை வலுப்பெறுகிறது. சென்னைப் பல்கலைக்கழகப் பேரவைக் (செனட்) கூட்டத்திலும் இது எழுப்பப் பெறுகிறது. விளைவாக 1920இல் சிதம்பரத்தில் மீனாட்சி கல்லூரி அமைக்க ராஜா சர். அண்ணாமலை செட்டியாருக்கு அனுமதி தரப்படுகிறது.[35] அவர் அதற்கு 20 லட்சம் நன்கொடை அளிக்கிறார்.

மீண்டும் சேலம் மாகாணக் கல்வி மாநாட்டில் இக்கோரிக்கை எழுப்பப் பெற்று தமிழறிஞர் மு.சு பூரணலிங்கம் பிள்ளை தலைமையில் ஒரு குழுவும் அமைக்கப் பெறுகிறது.³⁶ தமிழ் மொழிக்கென மட்டும் ஓர் பல்கலைக்கழகம் அமைவது குறுகிய பார்வை என்று 1926 சனவரி (28) யில் ஒரு கட்டுரையும் ஜூன் 17இல் ஒரு தலையங்கமும் எழுதியது 'இந்து' நாளிதழ். தமிழ் தேசிய இன உணர்வு கூர்மை அடையக் கூடாதெனப் பார்ப்பனியம் கவனமாகவே பணியாற்றியிருக்கிறது. இதனை இன்னொரு செய்தியுடன் இணைத்துப் பார்க்க வேண்டும். 16-09-43 இதழில் (விடுதலை) 'சபாஷ் சர்.சி.பி.' என்ற ஒரு தலையங்கம். கோட்டையூர் ராம.அழகப்ப செட்டியார் தம் வீட்டு விழா ஒன்றின் நினைவாக, திருவாங்கூர்ப் பல்கலைக்கழகத்தில் தமிழ்த்துறை ஏற்படுத்த ரூ.10001 நன்கொடை தருகிறார். பணத்தைப் பெற்றுக் கொண்ட சர்.சிபி. "தமிழ்மொழி வளர்ச்சிக்கும் வடமொழி வளர்ச்சிக்கும் கொடுப்பதாக ஏற்றுக் கொள்கிறேன்" என்று பணத்தைப் பெற்றுக் கொண்ட பின் பேசுகிறார். இதை எழுதிவிட்டு "இதை எதிர்த்து கேட்கும் 'சுத்தத் தமிழன்' இருக்கிறானா?" என்று எரிச்சலுடன் கேட்கிறார் பெரியார்.³⁷

1920களின் நடுப்பகுதியில் நடந்த சேரன்மாதேவி குருகுல நிகழ்ச்சியும் காஞ்சிபுரம் மாநாடும் பெரியாரைக் காங்கிரசில் இருந்து வெளியேறச் செய்கின்றன.³⁸ குருகுலத்தில் தீண்டாமையை எதிர்த்து எஸ்.இராமநாதன், காங்கிரஸ் காரிய கமிட்டியில் கொண்டு வந்த தீர்மானத்தை சீனிவாச ஐயங்கார் தவிர அனைத்துப் பார்ப்பனர்களும் உள்கட்சி வேறுபாடுகளை மறந்து எதிர்த்திருக்கிறார்கள்.³⁹

திராவிட இயக்க முன்னோடிகள் 'திராவிட தேசியம்' என்ற கருத்தாக்கத்தை முன்வைத்தனர். நடைமுறையில் அது தமிழ் தேசியமாகவே அமைந்ததை 1930களில் காண்கிறோம். தமிழர்கள் தங்கள் சுய அடையாளம் தேடும் முயற்சிகளில் ஒன்றாகவே மொழிவழி ஏகாதிபத்தியத்தை இனங்கண்டு கொண்ட பெரியார் 1926இல் இந்துஸ்தானி தேசிய பாஷையா? என்ற முதல் இந்தி எதிர்ப்புக் கட்டுரையை எழுதுகிறார்.

கடவுள் நம்பிக்கை உடைய தமிழ் அறிவாளிகள் 1930களின் தொடக்கத்தில் பெரியாரிடமிருந்து விலகியே நின்றனர். குடி அரசு இதழில் பொது உடைமைக் கருத்துகளும் இந்தி எதிர்ப்புக் கட்டுரைகளும் வெளிவந்தன.⁴⁰

*1932-33*இல் சிங்காரவேலர், அ.இராகவன், மயிலை சீனி.வேங்கடசாமி போன்றோர்களே இக்கட்டுரைகளை எழுதினர். அ.இராகவன் 'தமிழ்ப் பண்டிதர்களே இன்னும் தூக்கமா?' என்று கேட்டு, தமிழ் மொழியின் மேன்மை பற்றி 50 பக்கத்தில் புத்தகம் போட்டு 2 ரூபாய்க்கு விற்கும் தமிழ்ப் புலவர்களைச் சாடிவிட்டு, இந்தி எதிர்ப்புக் கிளர்ச்சிக்கு "அடிகளும், முதலியாரும் பிள்ளையும் நாட்டாரும் முன்வரப் போகிறார்களா இல்லையா?" என்றெழுதினார்.[41]

தென்னிந்தியாவின் முதல் கம்யூனிஸ்ட் என்றழைக்கப்பட்ட சிங்காரவேலரின் இந்தி எதிர்ப்புக் குரலுக்கு, அன்றைக்கு தமிழ் நாட்டிலிருந்த பொதுவுடைமை இயக்கத்தினர் கேளாக்காதினராக முகம் திருப்பிக் கொண்டார்கள்.[42] இன்றுவரை அப்படித்தான்.

1937இல் இந்தி எதிர்ப்புப் போராட்டம் தமிழ்ப்புலவர்கள், பிற அறிவாளிகள், பொதுமக்கள் ஆகியோர் ஆதரவுடன் வெற்றிகரமாக நடத்தப் பெற்றது. 9 தளபதிகள் (சர்வாதிகாரிகள்) இதற்கென நியமிக்கப்பட்டனர். இவர்களில் இருவர் பெண்கள். ஒருவர் பார்ப்பனர் (காஞ்சிபுரம் பரவஸ்து இராஜகோபாலாச்சாரியார்) ஈழத்து அடிகள் என அறியப்பட்ட ஈழத்துச் சிவானந்த அடிகளும் இதில் பங்கு பெற்றார். திராவிட இயக்கத்துக்கு ஒரு விரிந்த மக்கள் தளத்தைப் பெற்றுத் தந்தது 1937 இந்தி எதிர்ப்புப் போராட்டமே ஆகும்.

தமிழ் மக்களுக்குத் தமிழ்மொழி பற்றிய தன்னுணர்ச்சி ஊட்டுவதில் 1930களில் திராவிட இயக்கம் குறிப்பிடத் தகுந்த வெற்றியைப் பெற்றது என்றால், வேறொரு வகையில் அனைத்திந்திய தேசியம், திராவிட இயக்கத்தின் மீது வெற்றி பெற்றது. அயோத்திதாசப் பண்டிதர் காலம் முதல் 30 ஆண்டுக்காலமாக திராவிட இயக்கத்தோடு தலித் மக்கள் கொண்டிருந்த உறவு மிக நெருக்கமானது. ரெட்டமலை சீனிவாசன், எம்.சி.ராஜா, மீனாம்பாள் சிவராஜ், எஸ்.பி.ஐ.பாலகுலசிங்கம், மேயர் சிவராஜ், மேயர் முனுசாமிப் பிள்ளை என தாழ்த்தப்பட்ட மக்கள் தலைவர்கள் அனைவரும் திராவிட இயக்கத்தோடு இணைந்து நின்றனர்.[43] 1932 பூனா ஒப்பந்தத்தின் மூலம் காங்கிரசு மட்டுமே தாழ்த்தப்பட்ட மக்களின் பாதுகாவலன் என்ற மாயை உருவாக்கப்பட்டது. தமிழ்நாட்டைச் சேர்ந்த எம்.சி.ராஜா விபீடணன் ஆக்கப்பட்டு 1937இல் ராஜாஜி மந்திரி சபையில் அமைச்சராகவும் ஆக்கப்பட்டார். அதன் பின்னர் தாழ்த்தப்பட்ட மக்கள் திரள் மீண்டும் திராவிடக் கருத்தியல் நோக்கி நகர்வதற்கு 40 ஆண்டுக்காலம் ஆயிற்று. தலித் மக்களுக்கு என வலிமையாகத் திரண்ட ஒரு இயக்கம் 30 களிலும் 40 களிலும் காந்தி மாயையில் கரைக்கப்பட்டது. 40 ஆண்டுகாலம் தமிழ்நாட்டில் தலித்

மக்கள் இயக்கமற்றுப் போயினர்.[44] இவர்களிலும் பெரும்பாலோர் தென்னிந்தியாவில் அம்பேத்காரை அங்கீகரித்த முதல் இயக்கம் திராவிட இயக்கம் என்பதையும் மறந்து போயினர். 1933லேயே அம்பேத்கரின் நூல்களை ஈரோடு குடியரசு பதிப்பகம் தமிழில் வெளியிட்டது.

1930களில் குடியரசு வெளியீடாகவும் ஈரோடு பகுத்தறிவு நூற்பதிப்புக் கழக வெளியீடாகவும் வெளியிடப்பட்ட அறிவு நூல்களின் தொகுதி மிகப் பெரியதாகும். இங்கர்சால், பெட்ரன்ட் ரஸ்ஸல் ஆகியோரின் மொழி பெயர்ப்பு நூல்களும், கே.பிரமச்சாரி என்பவர் எழுதிய பிரபஞ்ச உற்பத்தி (1930), பெரியார் எழுதிய பிரகிருதி வாதம், 1934 சிங்காரவேலரின் குடியரசு எழுத்துக்கள் ஆகியவை குறிப்பிட்டுச் சொல்லத் தகுந்தவையாகும்.

1937 இந்தி எதிர்ப்புப் போராட்டம் தந்த புதிய தெம்பில் 1938இல் தமிழ்நாடு தமிழருக்கே என்ற முழக்கத்தைப் பெரியார் முன்வைத்தார்.[45] 1937-44 கால கட்டத்தை வீரம் மிகுந்த திராவிட தேசியம் உருவான காலம் என்று வகைப்படுத்துகிறார் நம்பி ஆரூரன்.[46] மிட்டாமிராசுகள் 1937லேயே திராவிட இயக்கத்தில் இருந்து விலகிக் கொண்டனர் என்றால், சமூகத்தின் மேல்தளத்து மக்கள் திராவிட இயக்கத்திலிருந்து 1944க்குள் விலகிக் கொண்டனர். 1949இல் அண்ணாவின் விலகல் திராவிடத் தமிழ் தேசியக் கருத்தியலுக்கு ஏற்பட்ட மிகப்பெரிய சரிவாகும்.

1940களில் தமிழ்நாட்டில் அனைத்திந்திய தேசியத்தில் நிகழ்ந்த குறிப்பிடத்தகுந்த மாறுதல் காங்கிரசுக் கட்சியின் தலைமை நிரந்தரமாக பார்ப்பனரல்லாதாரின் கைக்கு மாறியதுதான். இதனைக் காங்கிரசுக்குள் இராஜாஜி என்ற இந்தியத் தலைவரைக் காமராசர் என்ற (அன்றைய) தமிழகத் தலைவர் வெற்றி கொண்ட கதை எனக் குறிப்பிடலாம்.[47]

1950களில் தமிழ் தேசியக் கருத்தியலின் மறு உயிர்ப்புக்குக் காரணமானது மொழிவழி மாநிலப் பிரிவினையாகும். ஒரு தேசிய இனம் தன் நிலவியல் எல்லைகளின் மீது கொண்ட அக்கறையின் வெளிப்பாடாக 'தேவிகுளம் பீர்மேடு தமிழர்க்கே' என்ற முழக்கத்துடன் எழுந்த போராட்டத்தைக் குறிப்பிடலாம்.

ம.பொ.சி.யின் தமிழரசுக் கழகம், சி.பா.ஆதித்தனாரின் நாம் தமிழர் இயக்கம், தி.மு.க. பொதுவுடைமைக் கட்சி ஆகியவை ஓரணியில் திரண்டு நின்று நீதிக்கட்சியின் பழைய தலைவரான பி.டி.ராஜனைத் தலைவராகக் கொண்டு, கடையடைப்புப் போராட்டம் ஒன்றை

நடத்தின. கண்டன ஊர்வலத்தில் ஜீவானந்தமும் வெங்கட்ராமனும் காவல்துறையினரின் தடியடிக்கு ஆளாகிக் காயம் அடைந்தனர்.[48] பெரியாரின் ஆதரவைப் பெற்ற பார்ப்பனரல்லாதார் ஆட்சி தயங்கித் தயங்கி ஆட்சிமொழிச் சட்டத்தை நிறைவேற்றியது, ஆனால் தமிழ்நாடு என்ற பெயர் மாற்றத்தை ஏற்க மறுத்தது. பார்ப்பனரல்லாதார் ஆட்சியைக் காப்பது என்ற பெயரில் பெரியார் எடுத்த நிலைப்பாடுகள் தமிழ்த் தேசியத்திற்கு உரமூட்டுவதாக அமையவில்லை.

1965இல் தமிழ் மாணவர்கள் மத்தியில் எழுந்த இந்தி எதிர்ப்புப் போராட்டம் மைய அரசின் வல்லாண்மையைக் குறிக் கொண்டு தாக்கிய போராட்டமாகும். வாக்கு வங்கி அரசியலுக்கு ஆட்பட்ட திராவிடக் கருத்தியலாளர்களின் கட்டுக்களையும் கைகளையும் மீறி எழுந்த நெருப்பாகும் அது.

இன்று அதன் கனல் துண்டுகள் மட்டுமே எஞ்சியுள்ளன. பஞ்சாப், அஸ்ஸாம், காஷ்மீர், ஜார்க்கண்ட, போடோ, சட்டிஸ்கர் என வடமாநிலங்களில் தேசிய இன உணர்வுகள் அரும்பி வருகின்ற நேரத்தில் அனைத்திந்திய தேசியத்திற்கு மாற்றாக ஒரு தத்துவத்தை வளர்த்தெடுக்க தமிழ்நாட்டில் வாக்கு வங்கித் தலைவர்களால் இயலவில்லை.

பன்னாட்டு மூலதனங்கள் அணுகுண்டுக்குப் பதிலாக வணிக ஒப்பந்தங்களையும், துப்பாக்கிக்குப் பதிலாக தகவல் தொடர்பு சாதனங்களைக் கையகப்படுத்திக் கொண்டும் பெருவாரியான மக்கள் திரளின் அரசியல் சமூக நலன்களைக் கொள்ளையிடுகின்றன. இது பற்றிய தன்னுணர்ச்சியினை இன்று தமிழ்நாட்டுப் புலமையாளர்கள் மட்டுமே பெற்றிருக்கிறார்கள்.

தமிழ் தேசிய எழுச்சியின் அடையாளமாகக் கருதப்பட்ட தைப்பொங்கல் விழாவில் தொலைக்காட்சியில் சங்கராச்சாரியார் அருளாசி வழங்குகிறார். தகவல் தொடர்புச் சாதனங்களின் வழி பார்ப்பனியம் அதிகார மையங்களைத் தன்னிடம் தக்க வைத்துக் கொண்டிருக்கிறது.

பெருவாரியான மக்கள் திரளுக்கு இதற்கு எதிர்நிலையான ஞானம் கிடைக்கவில்லை. இந்த ஞானம் வந்தால் பின் நமக்கென்ன வேண்டும் என்பதுதான் தமிழ்நாட்டுப் புலமையாளர்களின் ஆதங்கமாக இருக்கிறது.

அடிக்குறிப்புகள்

1. ஸ்ரீவசனபூஷணம் (மூலம் மட்டும்) சுதர்சனம் வெளியீடு, திருச்சி 1977 சூர்ணை எண்:40

2. பாரததேவி திருத்தசாங்கம், பாரதியார் பாடல்கள் Rangasamy Partha Sarathi (Bd)

3. A Hundred years of the Hindu (the epic stony of Indian Nationalism) Kasturi & songs Ltd. Madras P.15. இன்றளவும் இந்திய அரசியல் அமைப்புச் சட்டத்தில் இந்து என்ற சொல்லுக்கு நேரிடையாக அல்லாமல் எதிர்மறையான விளக்கமே தரப்பட்டுள்ளது.

4. நீதிக்கட்சி பவளவிழா மலர், 1992 ப.116இல் உள்ள திராவிடன் முதல் இதழ் முதல் பக்கம்,

5. அ.மா.சாமி 19ஆம் நூற்றாண்டுத் தமிழ் இதழ்கள், சென்னை - 4, 1972 ப.297

    1. இந்து சன சம்ஸ்காரிணி
    2. இந்து சனபூசணி
    3. இந்து சனயோதினி
    4. இந்து சாதனம் (1889)
    5. இந்து சாதனம் (1884)
    6. இந்து சுமத்திரா
    7. இந்து தேசாபிமானி
    8. இந்து நேசன் (ஊட்டி)
    9. இந்து நேசன் (பெங்களூர்)
    10. இந்து நேசன் (பினாங்கு)
    11. இந்து பூசணி
    12. இந்து மத சீர்திருத்தி
    13. இந்து மத பிரகாசிகை
    14. இந்து மதாபிமானி (சென்னை)
    15. இந்து மதாபிமானி (கும்பகோணம்)

6. அ.மா.சாமி, 19ஆம் நூற்றாண்டுத் தமிழ் இதழ்கள் ப.131
7. அ.மா.சாமி, மேலது ... ப.300
   1. திராவிட கோகிலம்
   2. திராவிட பாண்டியன் (1885)
   3. திராவிட பாண்டியன் (1896)
   4. திராவிட பானு
   5. திராவிடப் பிரகாசிகை
   6. திராவிட தீபிகை
   7. திராவிட நேசன்
   8. திராவிட மந்திரி
   9. திராவிட மித்திரன்
   10. திராவிட ரஞ்சனி
   11. திராவிட வர்த்தினி
   12. திராவிட வர்த்தமானி (1882)
   13. திராவிட வர்த்தமானி (1884)

   திராவிடம் என்ற சொல் தமிழ் தென்கலை வைணவப் பார்ப்பனர்களுக்கு உகந்த சொல்லாகும். பொதுவாக நாலாயிர திவ்வியப் பிரபந்தத்தையும் குறிப்பாக நம்மாழ்வார் பாடல்களையும் திராவிட வேதம் என அவர்கள் அழைப்பார்கள். நம்மாழ்வாரின் திருவாய்மொழி 'திராவிடோபநிஷத்' அவர்களால் அழைக்கப்பட்டது. இந்த வைணவ மரபின் தொடர்ச்சியாக 1914இல் டி.கே.சீனிவாச ஐயங்கார் என்பவர் திராவிட பாகவதம் என்ற பெயரில் இதழ் ஒன்றை நடத்தியுள்ளார். வைணவ மரபிற்கு பாகவத மார்க்கம் என்ற பெயரும் உண்டு.

   திராவிட நேசன் என்ற பெயரில் 1891 தஞ்சையிலிருந்து சைவ மாத இதழ் ஒன்று வெளிவந்திருக்கிறது. 18ஆம் நூற்றாண்டில் வெளியிடப்பட்ட சிவஞான முனிவரின் பேருரையினை திராவிட மாபாடியம் என்ற பெயரில் சைவர்கள் வழங்கியிருக்கிறார்கள். அந்த மரபின் தொடர்ச்சியிது. சங்கரர், மாத்வர், இராமானுசரின் மாபாடியங்களுக்கு எதிராக அமைந்த மாற்றுப் பெயர் அது.

8. R.Sundaralingam. Politics and National awakening in south india (1852-91). The University of Arizona Press, 1974 P.42 & 143

9. R.Sundaralingam do p.51
10. R.Sundaralingam do p.51
11. R.Sundaralingam do p.81
12. R.Sundaralingam do p.295
13. R.Sundaralingam do p.298
14. R.Sundaralingam do p.296
15. R.Sundaralingam do p.298
16. R.Sundaralingam do p.307
17. R.Sundaralingam do p.305-309
18. கிறிஸ்து மத கண்டனத் திரட்டு (18 நூல்களின் தொகுப்பு) முதல் பாகம் மதராஸ் ரிப்பன் அச்சியந்திர சாலை 1915. (1883 முதல் வெளிவந்த சிறுநூல்கள் மறுபதிப்புச் செய்யப்பட்டு இத்திரட்டு நூலாகத் தொகுக்கப்பட்டுள்ளன.
19. 1916இல் பிராமணரல்லாதார் அறிக்கை (Non Brahmin Manifesto) வெளிவந்தவுடன் இந்தச் சண்டை முற்றுப் பெற்றுவிட்டது.
20. கோபாலமேனன் நூலை மேற்கொள் காட்டி முரசொலி மாறன் (திராவிட இயக்க வரலாறு ப.67) தரும் தகவல் சரியானதன்று. நம்பெருமாள் செட்டியார் என்பவருக்குப் பதிலாக சிங்காரவேலு முதலியாரும் மற்றுமிரு பார்ப்பனரும் சேர்க்கப்பட்டனர். R.S. Op. Cit. P 247
21. A Hundred Years, The Hindu P.97 & 154
22. R.S. Op. Cit., P.287
23. எக்ஸ்ரே ந.அ.கருணாகரன், தென்னிந்திய நல உரிமச் சங்கமும் அதன் நாளிதழ்களும் (நீதிக்கட்சி பவள விழா மலர் 1992) சென்னை ப.115-119
25. பார்க்க A.R. Venkatachalapathy. "At the Margins, Saivite Intellectuals in the Dravidian Movement 1927-1944", History & Society, (Ed.) K.M. Manikumar, Madras - 41 1996,
26. எக்ஸ்ரே ந.அ.கருணாகரன் மு.நூல் நீதிக்கட்சி பவளவிழா மலர் 1992 -1.117
27. முரசொலி மாறன் மு.நூல்.131

28. The Hindu dt. 22.12.1916, 9-10-1917 See. One hundred years of the Hindu, P.231-32

29. Ibid. The Hindu. P.214

30. மெட்ராஸ் மெயில் நாள்.21.09.1917 முரசொலி மாறன், முந்நூல் மேற்கோள் ப.129

31. முரசொலி மாறன் முந்நூல் ப.124

32. Eugene Irshick, "The Significance of the Justice Party". Justice Party Golden Jubilee Souvenir, P.68

33. தந்தை பெரியாரே எழுதிய சுயசரிதை, தி.க. வெளியீடு, இரண்டாம் பதிப்பு, 1996, ப.18-24

34. K. Nambi. Aruran Tamil Renneisence and Dravidian Nationalism I Ed. Madras, P.126

35. lbid P.125

36. Ibid P.127-28

37. விடுதலை 14-9-1943, தந்தை பெரியார் 117ஆம் ஆண்டு மலர், ப.67

38. E.Sa. Visvanathan, The Political Career of E.V.Ramasamy Naicker, P.53

39. மா.இளஞ்செழியன், தமிழன் தொடுத்த முதற்போர் ப.46, பெரியார் சுயமரியாதைப் பிரச்சார நிறுவன வெளியீடு, 1986, 2ஆம் பதிப்பு.

40. குடிஅரசு 1931சூன் 14 தலையங்கம், மயிலை. சீனி வேங்கடசாமி 'இந்தியாவின் பொது பாஷை இங்கிலீஷா' இந்தியா, குடி அரசு இதழ் 1931 ஆகஸ்டு 30

41. அ.இராகவன், இந்தியும் காந்தியும், தமிழ்ப்புலவர்களே இன்னும் தூக்கமா?, குடிஅரசு 1931 ஜுலை 26

42. மா.இளஞ்செழியன், முந்நூல் ப.6

43. பார்க்க, சிவக்குமரன், பூனா ஒப்பந்தம், நீதிக்கட்சி பவள விழா மலர்

44. சிவக்குமரன், பூனா ஒப்பந்தம் ப.28-32

45. எஸ்.வி.ராஜதுரை, வ.கீதா, பெரியார் சுயமரியாதை சமதர்மம். ப.680-91

46. நம்பி ஆரூரன், முந்நூல் 219

47. 1942இல் வெள்ளையனே வெளியேறு இயக்கத்தில் தமிழகக் காங்கிரஸ் தலைவர்கள் சிறையிலிருந்த போது, ராஜாஜி காங்கிரசிலிருந்து விலகியிருந்தும், மீண்டும் அவர் 1945இல் காங்கிரசுக்குள் நுழைய முயன்றதும், திருப்பரங்குன்ற மாநாட்டில் காமராசரும் பசம்பொன் முத்துராமலிங்கத் தேவரும் ஒன்று சேர்ந்து காங்கிரசுக்குள் ராஜாஜி நுழைவதை எதிர்த்தும், அனைத்திந்தியக் காங்கிரசின் துணையோடு ராஜாஜி காங்கிரசுக்குள் திரும்ப வந்ததும், திராவிட நாடு இதழில் அண்ணா கோடு உயர்ந்தது குன்றம் தாழ்ந்தது என எழுதியதும் தனி நூலுக்குரிய செய்திகளாகும். விரிவான செய்திகளுக்குப் பார்க்க டி.எஸ்.சொக்கலிங்கம், 1945 தமிழர் போராட்டம், 1945 தமிழர் போராட்டம் சென்னை 1957

48. என்.வீ.நடராசன் அவர் கண்ட அறப்போர் Sri P.T.Rajan Eighty Second Birthday Souvenir, 1973, P.241-244.

❖ ❖ ❖